సూచన

డా. ఎన్. గోపి కవిత్వం ఒక పరిశీలన

జాని తక్కెడశిల

Ukiyoto Publishing

All global publishing rights are held by

Ukiyoto Publishing

Published in 2024

Content Copyright © Johny Takkedasila
ISBN 9789362693457

అంకితం

నా సాహిత్య ప్రయాణానికి
ఒక రూపాన్ని ఇచ్చిన గురువు గారు
'ఆచార్య రాచపాళెం చంద్రశేఖర రెడ్డి' గారికి
గౌరవం, బాధ్యతతో...

పుస్తకం గురించి

నేను హిజ్రాలపై రచించిన 'వై' దీర్ఘకావ్యానికి ముందుమాట కోసం ఆచార్య రాచపాళెం చంద్రశేఖర రెడ్డి గారి దగ్గరికి వెళ్ళినప్పటి నుండి వారితో నాకు పరిచయం ఉన్నది. ఆ తర్వాత 2018లో వివిధ దినపత్రికల్లో వచ్చిన నా కవితల్లో సుమారు 120 కవితలను బురద నవ్వింది అనే శీర్షికతో పుస్తకం ముద్రించాలని సంకల్పించుకొని ముందుమాట కోసం మళ్ళీ రాచపాళెం గారి దగ్గరికి వెళ్ళడం జరిగింది.

రాచపాళెం గారు పుస్తకానికి ముందుమాట రాసి ఇచ్చారు కూడా. ఆ సందర్భంలో వారి విమర్శ పుస్తకాలను అడిగి తీసుకున్నాను. సుమారు ఇరవై పుస్తకాలు ఇచ్చారు. వారి పుస్తకాలపై వ్యాసాలు కూడా రాశాను. వివిధ పత్రికల్లో అచ్చు అయ్యాయి. పుస్తకంగా రావాల్సి ఉంది. అప్పటికే శివారెడ్డి గారి 16 కవిత్వ సంపుటాలపై వ్యాసాలు రాసాను. అవి కూడా పుస్తక రూపంలో రావాల్సి ఉన్నది.

రాచపాళెం గారి ఇంటికి వెళ్ళినప్పుడు ఆచార్య ఎన్.గోపి గారి పుస్తకాలు ఆన్లైన్ లో దొరకడం లేదు సార్

అన్నాను. అప్పుడే వారి దగ్గరున్న గోపి గారి పుస్తకాలను ఇచ్చారు. మూడు నెలల పాటు గోపి గారి కవిత్వ సంపుటాలు చదివి వ్యాసాలు రాసాను. మరో ఐదు పుస్తకాలు దొరికితే 2019 వరకు గోపి గారు అచ్చు వేసిన కవిత్వ పుస్తకాలన్నీ చదివినట్టు ఉంటుంది. వ్యాసాలు కూడా రాయవచ్చు అనుకుంటున్న సమయంలో ప్రజాశక్తి దినపత్రికలో 17.06.2019న గోపి గారి మూడవ పుస్తకం చిత్రదీపాలుపై నేను రాసిన వ్యాసం ప్రచురణ అయ్యింది. అదే రోజు నానీలపై రాసిన మరో వ్యాసం మనం దినపత్రికలో ముద్రణకు నోచుకుంది. వ్యాసాలను చదివిన గోపి గారు నాకు ఫోన్ చేశారు. చాలా చక్కగా రాశావని అభినందించారు. నేను విషయం మొత్తం చెప్పి ఇతర పుస్తకాలు కావాలని చెప్పాను.

ఫోన్ మాట్లాడిన రెండు రోజులకే హైదరాబాద్ వెళ్ళవలసి వచ్చింది. కారణం, నేను హిజ్రాలపై రాసిన "హై" దీర్ఘకావ్యానికి శ్రీమతి శకుంతల జైని స్మారక కళా పురస్కారం లభించడమే. వెంటనే గోపి గారికి విషయాన్ని తెలియజేశాను. 19వ తేది ఇంటికి ఆహ్వానించారు. అదే మొదటి సారి గోపి గారిని కలవడం. వారి ఇంటి అడ్రస్ చెప్పినప్పటికీ నాకు పదిసార్లు ఫోన్ చేసి హైదరాబాద్ చేరుకున్నవా? ఎక్కడ ఉన్నావు? ఎలా వస్తావని? తెలుసుకొని నన్ను ఇంటి వరకు గైడ్ చేశారు. వాస్తవానికి గోపి గారికి అలాంటి అవసరం లేదు. ఇంటి అడ్రస్ ఇస్తే

సరిపోతుంది కానీ అలా చేయలేదు. నన్ను అతిథిలా భావించారు. ఇంటికి వెళ్ళగానే కన్న కొడుకులా ఆదరించారు. పరిశోధక విద్యార్థుల కోసం మూడవ అంతస్తులో 16,000 పుస్తకాలతో ఏర్పాటు చేసిన గ్రంథాలయాన్ని చూపించారు. సుమారు 30 పుస్తకాలను వారే స్వయంగా వారి గ్రంథాలయంలో వెతికి నాకు ఇచ్చారు. పెద్ద బరువే పెట్టాను జాగ్రత్త అన్నారు. ఇది బరువు ఎలా అవుతుంది భాషను, కవిత్వాన్ని ప్రేమించే నాకు.. అదో బాధ్యత అనుకున్నాను.

ఈ పుస్తకాన్ని ఆచార్య రాచపాళెం చంద్రశేఖర రెడ్డి గారికి అంకితం ఇస్తున్నాను. గోపి గారి సమగ్ర కవిత్వాన్ని చదివే అవకాశం ఇచ్చిన ఆచార్య రాచపాళెం చంద్రశేఖర్ రెడ్డి గారికి, ప్రేమతో ఆహ్వానించి పుస్తకాలు ఇచ్చి ప్రోత్సహించిన ఆచార్య ఎన్. గోపి గారికి ధన్యవాదములు తెలుపుకుంటున్నాను.

జాని తక్కెడశిల
కేంద్ర సాహిత్య అకాడమీ యువ పురస్కార గ్రహీత

వ్యాసాల వరుస

కవిత్వ పరిమళాలు వెదజల్లిన 'తంగెడుపూలు'

తెలంగాణ సాహిత్య చరిత్రలో ఎన్నో ప్రక్రియలు వచ్చాయి. ఇప్పటికీ తెలంగాణ నుండి చాలా సాహిత్య ప్రక్రియలు వస్తూనే ఉన్నాయి. ప్రతీ ప్రక్రియకు ఆయువు ఉంటుంది. తెలుగు వారి కిరీటంగా భావించిన పద్యానికి నేడు ఆదరణ లేదు. పద్యానికి కాలం చెల్లిందనే చెప్పాలి. పద్యం యొక్క ఆయువు తీరడానికి కారణం పద్యం రాయడానికి ఉన్న నియమాలు, కవి స్వేచ్ఛని హరించడమే.

గ్రాంథిక, మాత్ర ఛందస్సుతో కూడిన కవిత్వం కార్మిక పక్షాన నిలబడలేకపోయింది. భావ కవిత్వంగా, అభ్యుదయ కవిత్వంగా, దిగంబర కవిత్వంగా, చేతనా వర్తన కవిత్వంగా, విప్లవ కవిత్వంగా, స్త్రీవాద కవిత్వంగా, దళితవాద కవిత్వంగా, మైనార్టీ కవిత్వంగా తన దశను, దిశను మార్చుకుంది.

కవిత్వం కాలానికి అనుగుణంగా మారుతూ వచ్చింది కానీ అదే సమయంలో మారుతున్న కవిత్వానికి ఆదరణ కూడా తగ్గిపోతూ వచ్చింది. ఏటా వందల మంది వేల కవితలు రాస్తున్నారు. యాభై నుండి వంద కవిత్వ

సంపుటాలు పుస్తక రూపంలో వస్తున్నాయి కానీ నిలబడ లేకపోతున్నాయి.

వచన కవితా పితామహుడనే బిరుదాంకితుడైన కుందుర్తి ఆంజనేయులు గారు ఎన్. గోపి గారి మొదటి కవితా సంపుటైన "తంగెడుపూలు" పుస్తకానికి ముందుమాట రాశారు. అందులో కుందుర్తి గారు పూర్వం సూర్యవంశం రాజులు, చంద్రవంశం రాజులు ఉండేవారని పురాణాల ద్వారా తెలుస్తోందని చెప్తూ నేటి కవులను కూడా ఆ రకంగా విభజిస్తే సూర్యవంశం కవులు వారి రచనల్లో నిప్పులు చెరుగుతారని, చంద్రవంశం కవులు విషయాన్ని భావయుక్తంగా చెప్తారని అభిప్రాయపడ్డారు.

గోపి గారిని రెండో రకం కవిగా ప్రకటించారు. గోపి గారి కవిత్వం నిండా వస్తు వైవిధ్యం ఉంటుంది. అదే సమయంలో వస్తువును కవిత్వం చేయడంలోనూ, వస్తువును సమాజానికి అన్వయించడంలోనూ గోపి గారి మొదటి పుస్తకమైన తంగెడుపూలు" నుండి కూడా కనపడుతుంది.

1976లో వచ్చిన "తంగెడుపూలు" కవితా సంపుటిలో 22 కవితలు ఉన్నాయి. అందులో మొదటి కవిత తంగెడుపూలు. తెలంగాణ ప్రాంతంలో తంగెడుపూలకి విశేషమైన విశిష్టత ఉన్నది. తంగెడుపూలు లేనిదే బతుకమ్మ పండుగ చేసుకోరు. దేశంలో ఎక్కడా లేని విధంగా

తెలంగాణాలో పూల పండుగ జరుగుతుంది. అందులో తంగెడుపూలు ముఖ్యమైనవి. తెలంగాణ ఆవిర్భవించిన తర్వాత తంగెడు పువ్వును రాష్ట్ర పువ్వుగా ప్రకటించారు. తంగెడుపూలు శ్రామిక వర్గానికి ప్రతీకలు.

"తంగెడుపూలు అంటే ఒప్పుకోనని
అవి బంగారు పూలని"

అంటారు గోపి గారు. తంగెడుపూలు విరివిగా దొరికే పూలు, పచ్చగా ఆకర్షణీయంగా ఉండటం చేత అందరికీ నచ్చే పువ్వులు.

గులాబీలు, మల్లెలు లాంటి పువ్వులకు వాసన ఉంటుంది కనుక వాటి విలువ కూడా ఎక్కువగా ఉంటుంది. తంగెడుపూలు వాసన లేకపోయినా ఆకర్షణీయంగా ఉంటాయి. అందుకే పేద ప్రజలకు ఆత్మీయ పూలు. అదే విషయాన్ని గోపి గారు పేద పువ్వులుగా, పేదల పువ్వులుగా తంగెడుపూలను వర్ణించారు. 1967లో ఈ కవిత రాసినప్పటికీ నేటికి కూడా పరిమళిస్తూనే ఉందంటే, అది గోపి గారి కవిత్వ నైపుణ్యం.

కత్తి నెత్తురును కార్చడం అందరికీ తెలుసు కానీ గోపి గారు కత్తి కన్నీరు కారుస్తోందన్నారు. కత్తి రక్త నేత్రాలను ఒత్తుకుంటోందని చెప్పడంతో మొదలయ్యే ఈ కవితలో గోపి గారు హత్యలు చేసి కత్తి అలసిపోయిందని, కంపు కొడుతున్న

చేతుల్లో కత్తి ఇమడలేకపోతోందని అన్నారు. ఎత్తుగడలో కత్తి స్థితిని తెలిపిన కవి, శిల్పంలో కత్తి దుస్థితిని వివరించారు. కత్తి బాధ ఎవరు వింటారని వాపోయారు. అహింస హంసలా ఎప్పుడు నడిచి వస్తుందని? విచారం వ్యక్తం చేసి.. కత్తికి, మిత్తికి కలహం రావాలని, కత్తి కొత్త సిద్ధాంతాన్ని వెలిగించే ఒత్తిగా మారాలనే ఆశాభావాన్ని వ్యక్త పరిచారు.

కత్తి వస్తువు మాత్రమే. కత్తి అనే వస్తువును ఉపయోగించి సమాజ స్థితిని చెప్పే ప్రయత్నం చేశారు. కవి కవిత నుండి ఏమి ఆశిస్తున్నారో స్పష్టంగా తెలియపరచాలి. ఈ కవితలో గోపి గారు ఆశించేది అహింస.

గోపి గారు బిఏ మొదటి సంవత్సరంలో నాలుగు పేపర్లు తప్పినప్పుడు రాసుకున్న కవిత “అశోపహతుని స్వగతం” పేపర్లు తప్పడానికి కారణం తెలుగు మాధ్యమం నుండి ఆంగ్ల మాధ్యమంలోకి వెళ్లడమే. ఆ సందర్భంలో అనుకోలేదు ఇలాంటి జీవితం ఉంటుందని అంటూ కవిత రాశారు.

అపజయాలు, అవమానాలు, నైరాశ్యాలు, భయాలు అన్ని ఉంటాయని కవితలో తనను తాను సమాళించుకుంటూనే ముందుకు సాగిపోతానని తీర్మానించుకుంటారు.

ఆ తీర్మాన ఫలితమే మరుసటి సంవత్సరంలో నాలుగు పేపర్లతో పాటు, ఆ ఏడాది పరీక్షల్లో ప్రథమ శ్రేణిలో ఉత్తీర్ణులై విజయ బాహుటి ఎగరవేశారు.

పుస్తకంలోని కవితా వస్తువులలో ఎక్కువశాతం గోపి గారి జీవితంలో నుండి వచ్చినవే కనపడతాయి. ఒక అమ్మాయి పాట విని పులకించిన గోపి గారు

“గుండె చుట్టూ పేరుకుపోయిన
అనుభూతుల పరిమళాల్లో
ఎప్పుడూ నీ పాటను పీలుస్తూ
ఇలాగే జీవిస్తాను” అన్నారు.

అనుభూతి చెందటం, ఫీలింగ్స్, ఎమోషన్స్ ని చంపుకొని తిరుగుతున్న నేటి తరం వారు కళను ఏ విధంగా ఆస్వాదించాలో ఈ కవిత ద్వారా గోపి గారు చెప్పకనే చెప్పడం జరిగింది.

గోపి గారికి ప్రతి విషయాన్ని సునిశితంగా పరిశీలించే గుణం ఉన్నది. అందరికీ అతి సాధారణంగా అనిపించేది వారికి విశిష్ట వస్తువు అవుతుంది. బట్టలు ఆరేసుకునే దండెం మీద నీటి బిందువులు వరుసగా ఉండటాన్ని చూసి తీగ మీద నీటి ముత్యాలు నడిచి పోతున్నాయి అన్నారు.

ప్రతి వస్తువులో జీవాన్ని సందర్శించడం అతికొద్ది మంది కవులకే ఆ గుణం ఉంటుంది. గోపి గారి కవిత్వ వస్తువులన్నీ తాజాగా ఉంటాయి. వారి పోలికలు, ఉపమానాలు పాఠకుడి హృదయానికి చేరతాయి. అందుకే నేటి తరం కవుల్లో గోపి గారు ప్రజాకవిగా మొదటి స్థానాన్ని ఆక్రమించారు.

ఎండుటాకులు శీర్షికతో ఒక కవిత రాశారు. ఒక చిన్న రైల్వే స్టేషన్ లో రైలు ఆగకుండా వెళ్ళిపోతుందని, ఎందుకు వస్తుందో, ఎందుకు వెళ్తుందో తెలియడం లేదు. ఒక్క సారైనా ఆగడం లేదు. ఏదో ఒక రోజు ఎండుటాకులు కుప్పగా చేరి రైలును ఆపతాయని చెప్పడం జరిగింది.

ఇక్కడ ఎండుటాకులు సాధారణ యువకులు అనుకుంటే, రైలు వ్యవస్థ అవుతుంది. వ్యవస్థ సాధారణమైన ప్రజల దగ్గరికి రాదు, ఎండుటాకులు అరుస్తూనే ఉంటాయి. ఏదో ఒక రోజు సమూహంగా చేరి వ్యవస్థను ఆపుతాయని గోపి గారు ఈ కవిత ద్వారా యువత చేయవలసిన కర్తవ్యాన్ని గుర్తు చేయడం జరిగింది.

ఏదైనా సమష్టిగా ఉన్నప్పుడే విజయం సాధ్యమని, పోరాటంతోనే విజయాలు సాధ్యపడగలవని అర్థం. చెప్పాలనుకున్న విషయంపై పూర్తి అవగాహన ఉన్నప్పుడు ఎలాంటి వస్తువును తీసుకున్నా విషయాన్ని చక్కగా,

అర్థమయ్యేలా చెప్పగలరని గోపి గారు అనేక కవితల్లో నిరూపించారు.

పచ్చి బతుకు శాంతమ్మ, మంచి తిండి లాంటి కవితలు తెలంగాణ యాసలో ఉండి నాటి దుస్థితిని నేటితరం వారికి తెలియజేస్తాయి. తంగెడుపూలు కవితా సంపుటిలోని కవితా వస్తువులను గోపి గారు శక్తివంతంగా చెప్పడం ద్వారానే నేటికి పుస్తకం పచ్చగా చిగురిస్తోంది.

కవిత్వ 'మైలురాయి'

కవి రెండు కవితలు రాసిన తర్వాత పక్క పక్కనే పెట్టుకొని చదివినప్పుడు రెండు కవితలు భిన్న ధృవాలుగా ఉండాలంటారు శివారెడ్డి గారు. ఈ వ్యాఖ్య ఎందుకు చేశారంటే కవితకి, కవితకి డిఫరెన్స్ ఉండాలని, అలా కాకుండా ఒకే ధోరణిలో రాసుకుంటూ పోతే ఎంత కవిత్వం రాసినా, ఎన్ని పుస్తకాలు వేసినా ప్రయోజనం ఉండదు. రెండు కవితలే కాదు కవి మొదటి పుస్తకానికి రెండవ పుస్తకానికి కూడా మార్పు స్పష్టంగా కనపడాలి.

ఎన్. గోపి గారి రెండవ పుస్తకం మైలురాయి. 1976లో వారి మొదటి కవిత్వ సంపుటి తంగేడుపూలు సాహిత్యలోకానికి అందించారు. ఆ తర్వాత ఆరు సంవత్సరాలు సమయం తీసుకొని రెండవ కవితా సంపుటి 1982లో ముద్రించారు. మొదటి పుస్తకంలోని కవితా వస్తువులు ఎక్కువగా సొంత జీవితంలో నుండి తీసుకున్నట్టు కనపడినప్పటికీ సొంత వస్తువును సమాజానికి ఎలా ఆపాదించాలో గోపి గారికి బాగా తెలుసు.

మైలురాయి కవితా సంపుటిలో 34 కవితలు ఉన్నాయి. ఒక ఊరి నుండి మరో ఊరికి ప్రయాణం

చేస్తున్నప్పుడు గమ్యానికి చేరడానికి ఎంత దూరం ప్రయాణం చేశామో, ఇంకెంత దూరం ప్రయాణం చేయాలో లాంటి వివరాలు మైలురాయిపై ఉంటాయి.

"మైలురాయంటే నాకిష్టం
ఎందుకంటే
గతానికి, వర్తమానానికి పునాది లాంటిది
ఈ మైలురాయి కనుక"

మైలురాయి వస్తువు అయితే, వర్తమానం ప్రతీకగా తీసుకున్న గోపి గారు భవిష్యత్తును అందంగా స్మరించుకున్నారు. ఉదాహరణకు 0km దగ్గర మనం మొదలైయ్యామనుకోండి 10km ప్రయాణించిన తర్వాత 10km అని మరో మైలురాయి వస్తుంది. అప్పుడు 0km గతం అనుకుంటే 10km వర్తమానం అవుతుంది. మన గమ్యం 50km అనుకుంటే అది భవిష్యత్ అవుతుంది.

ఇక్కడ గోపి గారు మైలురాయిని వస్తువుగా తీసుకొని గతంలోని జ్ఞాపకాలు నెమరేసుకుంటారు. వర్తమానాన్నిచ్చిన గతానికి కృతజ్ఞతలు తెలుపుకుంటారు. భవిష్యత్తులో నవ్వులు ఉన్నాయి కనుక ఈ రాయంటే నాకిష్టం (మైలురాయి) అని భవిష్యత్తు గురించి పాజిటివ్ గా ఆలోచిస్తారు.

"పొద్దుటిపూట
అసెంబ్లీముందు ఊడ్చేవాళ్ళకు
నిన్నటి నినాదాలు కనపడతాయి
కుప్పను గంపలకెత్తేటప్పుడు
గాజు పెంకుల్లా "హామీలు" గుచ్చుకుంటాయి"

గోపి గారి రెండవ పుస్తకంలో వచ్చిన విశేషమైన మార్పు. ఇది ప్రభుత్వానికి వేసిన ప్రశ్న, ఉన్న స్థితిని తెలియజేసిన కవిత. పాలకుల నిర్లక్ష్యాన్ని ఎండగట్టిన కవిత. చిన్న కవితలో అనంతమైన సారాన్ని నింపిన కవిత. దోపిడీ వ్యవస్థ తీరును నగ్నపరిచిన కవిత.

1980లో రాసిన ఈ కవిత నేటికి కూడా సరిపోతుంది. భవిష్యత్తులో కూడా వాడబడవచ్చు. జనం కోసం అది చేస్తాము, ఇది చేస్తామని నినాదాలు చేసి అధికారంలోకి వచ్చిన తర్వాత ఇచ్చిన హామీలను మర్చిపోవడం చూస్తూనే ఉన్నాము.

ఇలాంటి కవితలకు జీవిత కాలం చాలా పెద్దగా ఉంటుంది. అందుకే కవి ఒక వస్తువుపై కవిత్వం రాసేటప్పుడు ఆ వస్తువులో ఏది ప్రదిపాదిస్తున్నామన్నది చాలా ముఖ్యమైనది. కవి ప్రతిపాదన, నినాదం, విమర్శే కవిత యొక్క జీవితకాలాన్ని నిర్ణయిస్తుంది.

కవిత్వం రాయడం ముఖ్యం కాదు రాసిన కవిత్వం ఎంతమందికి చేరింది? ఎన్ని రోజులు నిలబడింది? అన్నది చాలా ముఖ్యమైనది. శ్రీశ్రీ గారి కవిత్వానికి నేటికి విశేషమైన ఆదరణ ఉండటానికి కారణం వారి కవితా వస్తువులే. అదే కోవలో గోపి గారు కూడా ఉంటారు.

నగరంలో జీవించడానికి డబ్బులు లేకపోతే కుదరదని చెప్పడానికి "నక్షత్రాలు లేని నగరం" అనే శీర్షికతో ఒక కవిత రాశారు. ఇక్కడ నక్షత్రాలు ప్రతీకగా తీసుకున్నారు. నక్షత్రాలు అంటే డబ్బులని అర్థం.

"జేబులో నక్షత్రాలు లేకుంటే
ఈ నగరం నీ మొగమైనా చూడదు"

కవిత్వానికి ప్రతీకలు మరింత గాఢతను పెంచుతాయి. పాఠకులు చదవడానికి ప్రేరణ కలిగిస్తాయి. ప్రతీకలు అందరికీ అర్థమయ్యేలా రాయగలిగినప్పుడే కవిత్వం పచ్చగా చిగురిస్తుంది.

ఇక్కడ కవి డబ్బులను నక్షత్రాలుగా వాడటానికి గల కారణం స్థితిని తెలుపడమే. నక్షత్రాలు అందనంత ఎత్తులో ఉంటాయి కనుక వాటిని వాడి ఉంటారు.

"చౌరస్తాలో శిలా విగ్రహాలు సైతం
వేళ్ళు చూపిస్తూ వెళ్లగొడతాయి"

మహానగరాల్లో ఎక్కువగా అనుబంధాలు, ఆప్యాయతలు కనపడవని ఒక వాదన. డబ్బు ఉంటే జీవనం సాగించడం కుదురుతుంది. లేదంటే వచ్చిన బాటే వెళ్ళవలసి ఉంటుంది. ఈ కవితలో కవి నగరానికి వ్యతిరేకి కాదు కాకపోతే నగర జీవన శైలిని, దుస్థితిని తెలియజేశారు. గోపి గారు "సైకిల్ గీతం" పేరుతో రాసిన కవితలో

"నా సైకిలంటే నాకిష్టం
దీని పుల్ల పుల్లకూ నా కష్టాలు తెలుసు"

అంటూ ఒక నాస్టాల్జియా కవిత రాసుకున్నారు. వస్తువులను ప్రేమించే గుణం మొదటి పుస్తకం నుండి గోపి గారిలో కనపడుతుంది. ఈ పుస్తకంలో కూడా తెలంగాణ యాసలో రెండు కవితలు రాశారు. గోపి గారు రాసిన యాస కవితల్లో ఎక్కువగా పేద ప్రజల దీన చిత్రాలు కనపడతాయి.

దోపిడీ వర్గం శ్రామిక వర్గాన్ని ఎలా దోచుకుంటుందో రాశారు. నాడు వారు చూసిన దొరల, పటేల్ పాలనే కారణం అనుకుంటాను. పల్లెను అమితంగా ఇష్టపడే గోపి గారు నగరీకరణను తట్టుకోలేకపోయారు. నా కళ్ళు పాపిష్టి కళ్ళు అని చెప్పుకున్నారు. దీని అర్థం నగరీకరణను చూస్తూ ఏమీ చేయలేని స్థితిలో తనను తాను నిందించుకున్నారు. నగరంలో నా కళ్ళు అని రాసిన కవితలో తీవ్రమైన బాధను వ్యక్తపరిచారు.

"కాసేపు ఆగు వాన
ఏ అనాథ
వీధిలో నడుస్తున్నడో,
నీడలేని బిచ్చగాళ్లు గోడవారన ముడుచుకుంటే
నాగుబాముల్లా నడిసోచ్చే కాలువలు"

అంటూ నగరంలో కురిసే వాన గురించి కవిత రాశారు. నగరంలో నీడలేని బిచ్చగాళ్లు వర్షం పడినప్పుడు ఒక గోడవారన ఉన్నా కూడా పొంగిన కాలువలు వారిని ముంచేస్తాయి. ఆ కాలువలను నాగు పాములతో పోల్చారు.

ఇది వైఫల్యం చెందిన మనిషిని ప్రశ్నిస్తున్న కవిత. స్వాత్రంతం వచ్చి 70 సంవత్సరాలు దాటినా నేటికి నీడలేని ప్రజలు కోట్ల మంది ఉన్నారు. 1979లో రాసిన ఈ కవిత నేటికి వాస్తవ చిత్రనే.

ఇదే కవితలో వర్షం వస్తే

"భయం
ఒంటరి ఆడపిల్ల వెంట
పరిగెత్తే గుండాలా"

ఉంటుంది అన్నారు. భయమనేది చాలా రకాలుగా ఉంటుంది. రకరకాల సందర్భాల్లో రకరకాలుగా మారుతూ

ఉంటుంది. పిల్లవాడు హోంవర్క్ చేయకపోతే టీచర్ కొడుతుంది; అదొక భయం. కుర్రవాడు సిగరెట్ తాగుతూ తండ్రికి పట్టుబడినప్పుడు కలిగే భయం వేరు. ఇలా భయం సందర్భాన్ని, సంఘటనను, మనిషి దశను బట్టి మారుతూ ఉంటుంది. ఎమోషన్స్ గురించి కవిత్వంలో రాస్తున్నప్పుడు ఆ ఎమోషన్ ఎలాంటిది? ఎందుకు కలుగుతుందో చెప్పినప్పుడు రీడర్ కి కవిత సులభంగా అర్థం అవుతుంది.

ఇక్కడ వర్షం పడుతున్నప్పుడు ఎలాంటి భయం కలుగుతుందో రాశారు. ఒంటరి ఆడపిల్ల అంటే ఎవరూ లేని, కనీసం నీడలేని అనాథలని అర్థం, గుండా అంటే వాన. కవి చెప్పదల్చుకున్నది గుండా లాంటి వర్షం పడుతుంటే అనాథల భయం ఒంటరి ఆడపిల్ల లాగా ఉంటుందని చెప్పడం.

1976 తంగెడుపూలు కవిత రాసిన గోపి గారు 1979లో ప్రయాణం అనే కవిత రాశారు. ఈ కవిత రాసిన తర్వాత నా కవిత్వం చిక్కబడటం మొదలైందని అన్నారు. దాదాపు నాలుగు సంవత్సరాలు తర్వాత ఈ మాట అన్నారు.

కొత్తగా కవిత్వం రాస్తున్న వారిని కొంతమంది సీనియర్ కవులు గుర్తించాల్సిన వాక్యం ఇది. ఎందుకంటే కొత్తగా కవిత్వం రాస్తున్న వారికి ఎక్కువగా ప్రోత్సాహం, సూచనలు సీనియర్లు ఇవ్వడం లేదనే ఆరోపణ ఉన్నది. ఇందులో కాస్త వాస్తవం ఉన్నది. కొత్తగా రాస్తున్నవారికి సరైన

సూచనలు ఇచ్చినట్లు అయితే తప్పకుండా చాలా బాగా కవిత్వం రాయగలరు. అనవసరమైన కవి సమ్మేళనాల కన్నా అర్థవంతమైన చర్చలు, ఉపన్యాసాలు కొత్తగా సాహిత్యంలోకి అడుగుపెట్టిన వారికి ఉపయోగపడతాయి. కవి సమ్మేళనాలు మాత్రం కవులను కలుసుకోడానికి బాగా ఉపకరిస్తాయి.

"లారీలు దూసుకెళ్తే ధూళి నిండిపోయి
గాలి కళ్ళు నులుముకుంది"

కాలుష్యం గురించి దాదాపు ప్రతి ఒక్క కవి కవిత్వం రాసి ఉంటారు. కాలుష్యం వల్ల మనిషికి ఎలాంటి నష్టం కలుగుతుందో చెప్పి ఉంటారు. లారీని మనిషి అనుకుంటే, తను దూసుకుపోడానికి దుమ్ము ధూళిని ప్రకృతిలో నింపుతున్నాడు. గాలి కళ్ళు నులుముకుంటోంది అనడంలో మనిషి తన స్వార్థ ప్రయోజనాల కోసం ప్రకృతిని ఎలా నాశనం చేస్తున్నారో చెప్పడానికి గోపి గారు వాడిన ప్రయోగం.

మరొక కవితలో

"కిటికీ జాలీల గుండా వీచే గాలికి
ఒంటి నిండా చిల్లులు"

అన్నారు. దోమలు రాకూడదని కిటికీలకు జాలి వేసుకుంటాము. అందులో నుండి వచ్చే గాలి స్పర్శతో

ఆనందిస్తాము కానీ గోపి గారు ఆ గాలికి చిల్లులు పడ్డాయని బాధను వ్యక్తపరిచారు.

గోపి గారి కవిత్వం, ఆలోచనలు, వస్తువులు చాలా భిన్నంగా ఉంటాయి. వచన కవిత్వాన్ని పిచ్చి పిచ్చి ఊహల వైపు నడుస్తున్న నేటి కాలంలో సిసలైన వచన కవిత్వాన్ని రాస్తున్న కవి గోపి గారు. అందుకే వారి కవిత్వం భారతీయ అన్ని భాషలలోకి అనువాదం అయ్యింది. కవిత్వం రాయడం వేరు, అందరికీ అర్థమయ్యేలా రాయడం వేరు. గోపి గారి కవిత్వం ప్రజల నాలుకలపై నానుతూనే ఉంటుంది.

ఓడలో ప్రయాణించేటప్పుడు సముద్రాన్ని చూసి ముచ్చట పడతాము. గోపి గారు మాత్రం "నీళ్ళేమనుకుంటున్నాయో ఓడకు తెలుసా అని ప్రశ్నిస్తారు? నీటి గుండెలు చీలితేనే ఓడకు గమ్యం అన్నారు." ఇక్కడ ఓడ మనిషి, నీరు వ్యవస్థ. మనం ప్రయాణించడానికి వ్యవస్థలను ఎలా నాశనం చేస్తున్నామో కవి ఈ విధంగా చెప్పే ప్రయత్నం చేశారు.

కవిత్వం రాయడమే కవి వంతు, రాసిన తర్వాత పాఠకుడు తనకు నచ్చిన విధంగా ఆ కవితను అన్వయించుకుంటాడు. అన్వయింపు సరిగా ఉంటే కవిత్వం ఫలించినట్టే. గోపి గారి కవిత్వాన్ని ఎన్నో రకాలుగా

అన్వయింపు చేసుకోవచ్చు. అంటే వస్తువు ఒకటే, అనేక సందర్భాల్లో ఉపయోగపడుతుంది.

గోపి గారిలో ఉన్న స్పష్టమైన అవగాహన ఏంటంటే? తను రాస్తున్న కవిత్వం ఎవరికి చేరాలన్నది తెలుసు, తన పాఠకులు ఎవరన్నది గ్రహించారు. అదే ఈ పుస్తకంలోని కవితల్లో కనపడుతుంది. గోపి గారి లక్ష్యం ప్రజాకవి కావడమే. ఎంతోమంది కవులున్నా శ్రీశ్రీ గారు ప్రజాకవిగా స్థిరపడిపోయారు. శ్రీశ్రీ గారి కవిత్వానికి గోపి గారి కవిత్వానికి చాలా వ్యత్యాసం ఉన్నది కానీ ఇద్దరి లక్ష్యం సామాన్య ప్రజలే, వారి పక్షానే కవిత్వం నిలబడాలి.

శ్రీశ్రీ గారు బీదవాడికి ఇరు వైపులా కవిత్వం నిలబడాలి అన్నారు. గోపి గారి కవిత్వం చేస్తున్నది కూడా అదే. ఆ విధంగా ఉండాలనే తపన, ఆరాటం ఈ పుస్తకంలో ఉన్నాయి.

మన తెలంగాణ దినపత్రికలో
15. 07. 2019

ప్రయాణంలో విచ్చుకున్న 'పద్య దీపాలు'

కవులు ప్రయాణిస్తున్నారని చెప్పడానికి కొలమానాలు ఏమిటి? కవులు కదులుతున్నారని రుజువు ఏమిటి? కవుల చూపు మసకబారిందని సాక్ష్యం ఎవరు చెప్తారు? కవుల చర్య ఎలా ఉంటుంది?

సందేహాలు సందేహాలు ఎడతెరిపి లేని సందేహాలు, భళ్ళున పద్యం సమాధానమౌతుంది. కవులకు నీడలే పద్యాలో, పద్యాలే నీడలో తెలియదు కాని పద్యాలు గుర్రాలైతే పద్యాలపై సవారి చేసి గమ్యానికి చేర్చేవారే కవులు. అక్షరం అక్షరం కలిపి పదాలుగా నిలిపి వాక్యాలుగా కట్టడం తెలిసిన వారే నిజమైన కవులు.

కవులకు దివ్యదృష్టి ఉండకూడదు, దూరదృష్టి ఉండాలి. కవులు సమాజాన్ని కలగనాలి, తమ కలలు సాకారానికై గుత్తులు గుత్తులుగా పద్యాల పువ్వులను, అగ్గి రవ్వలను, సముద్రపు గవ్వలను సమాజానికి అందివ్వాలి.

కవులు వస్తువుల కోసం పరిగెత్తకూడదు చుట్టూ ఉన్న దృశ్యాన్నే వస్తువుగా మలుచుకోవాలి. వస్తువును

కవిత్వంగా చేయడానికి తొందరపడకూడదు. వస్తువును దృశ్యాలు దృశ్యాలుగా మెదడులోకి ఇంకించుకోవాలి. అప్పుడే కవిత్వం పచ్చ పచ్చగా వెలుగుతుంది.

పైన చెప్పిన లక్షణాలు ఉన్న ఆధునిక కవి డా. ఎన్. గోపి గారు. తన రెండవ కవిత్వ పుస్తకం మైలురాయి 1982 సాహిత్యలోకానికి అందించిన తర్వాత మూడవ కవితా సంపుటి "చిత్ర దీపాలు" పేరుతో 1989లో తెలుగు సాహిత్యలోకానికి అందించారు. దాదాపు ఏడు సంవత్సరాల కాలంలో రాసిన కవితలను ముద్రించారు.

పుస్తకంలో 30 కవితలు ఉన్నాయి. గత పుస్తకాల్లో వస్తు వైవిధ్యం ఎక్కువగా కనపడుతుంది. ఈ పుస్తకంలో వస్తు వైవిధ్యంతో పాటు కవిత్వ గాఢత పెరిగింది. కవిత్వ శిల్పం విషయంలో పట్టు సాధించిన గోపి గారు కవిత్వాన్ని శాసించే దిశలో తన బాటలు వేసుకున్నారు.

1976 మొదటి కవితా సంపుటి వస్తే, మూడవ పుస్తకం 1989లో వచ్చింది. అంటే దాదాపు 13 సంవత్సరాల అనుభవం ఉన్న కవి. ఈ కాలంలో తన విస్తృతిని విశేషంగా పెంచుకున్న గోపి గారు కవిత్వపు జూలు విదిలించడం ఈ పుస్తకం నుండి మొదలైందని అనుకోవచ్చు.

ప్రయాణంలో ఉన్నప్పుడే గోపి గారు అధికంగా కవితలు రాశారు. బస్సు, రైలు, విమానం ప్రయాణం

ఎందులోనైనా కిటికీ పక్కన కూర్చోడానికే ఎక్కువగా ఇష్టపడతారు. చిత్ర దీపాలు పుస్తకంలో మొదటి కవిత ప్రయాణం. నేను బస్సు ఎక్కగానే నిలువెల్లా కవిత్వమై పోతాను అంటారు. కిటికీ పక్కన కూర్చొని కనపడే అనేక దృశ్యాలను కవిత్వంగా మలచడం వారికి అమితంగా ఇష్టం.

కొత్త ప్రదేశానికి వెళ్తున్నారంటే అక్కడి నుండి కాసిన్ని కవితలు తీసుకొస్తారు. ప్రతి దృశ్యం కవిత్వంగానే చేయాలనే తపన ఉన్న కవి. అలాంటప్పుడు ప్రయాణంలో అనేక దృశ్యాలు కనపడతాయి. అందుకే కాబోలు ఆ దృశ్యాలను కవిత్వంగా మలచడానికి ఇష్టపడతారు. కొత్త కవిత రాశారంటే ఎక్కడికో వెళ్లి వచ్చారనే అభిప్రాయానికి వచ్చేసింది తెలుగు సాహిత్యలోకం. కవి ప్రయాణిస్తున్నాడంటే దృశ్యాలను అక్షరాల్లో కవిత్వంగా చేయడమే. గోపి గారు అదే పని చేస్తున్నారు.

కవితకు ఎత్తుగడ తలకాయ లాంటిది. ఎత్తుగడ సరిగా లేకపోతే పాఠకుడు కవిత్వంతో నడవడం ఆపేస్తాడు. ఎత్తుగడలో స్పష్టత లేకపోతే శిల్పం ఎంత అందగా ఉన్నా కూడా లాభం ఉండదు. ఎందుకంటే పాఠకుడు ఎత్తుగడలోనే ఆపేస్తాడు కనుక.

సాహిత్యం ఒక్క ముఖ్య ఉద్దేశం పాఠకులు చదివి విషయాన్ని తెలుసుకోవాలి. అవసరమైతే కవి ప్రతిపాదించిన

విధంగా మారాలి. అలా జరగాలంటే ముందు పాఠకుడు చదవాలి. చాలామంది అంటూ ఉంటారు ఏదో నాకు తోచింది రాసాను, ఇష్టముంటే చదవండి లేదంటే వదిలేయండని. ఏ కవి అయినా రాసేది పాఠకులు చదవడానికే, చదివిన తర్వాత సమాజంలో మార్పు కోరడానికే. అలా రాయని వారు కవిత్వం రాసి ప్రయోజనం ఉండదు. గోపి గారు ఎత్తుగడ విషయంలో ఆచితూచి అడుగు వేస్తారు.

"ఇక్కడొక చెరువు ఉండేది నమ్మండి" అంటూ చెరువును ఉద్దేశించి కవిత మొదలుపెట్టారు. ఈ ఎత్తుగడలో చెరువు ఉండేది అంటే ఇప్పుడు లేదని అర్థం. మరి ఏమైంది? తెలుసుకోవాలనే కుతూహలం రీడర్స్ కి కలిగేలా చేశారు. ఆ కుతూహలమే కవితను చదివిస్తుంది.

"దూరాలకు పరచుకున్న చెరువు శవం మీద
పురుగుల్లా విస్తరిస్తున్న భవనాలు"

అంటూ శిల్పంలో చెరువు దుస్థితిని రీడర్స్ కి తెలియజేశారు. గతంలో తెలంగాణాలో అత్యధిక చెరువులు ఉండేవి అవన్నీ ఇప్పుడు కబ్జాకు గుర్రై భవనాలుగా వెలిశాయి. చెరువుతో తన బాల్యం ఎలా ఉండేదో చెప్పుకొని బాధపడతారు.

“కట్ట మీది నుంచి రాయి విసిరితే
అమ్మమ్మ తెచ్చిన సకినాల బుట్టను
కుమ్మరించినట్లు ఉండేది”

ఎంత అద్భుతమైన ఊహా చిత్రం ఇది. సాధారణంగా పిల్లలు నీరు కనపడితే ఒక రాయి విసురుతారు అదే విషయాన్ని చెప్తూ రాయి విసరగానే అమ్మమ్మ తెచ్చిన సకినాల బుట్టలా ఉందని చెప్పడానికి కారణం సకినాలు వలయాలు వలయాలుగా ఉంటాయి. ఆ చిత్రాన్ని ఆత్మీయ ఊహ చిత్రంగా మలిచి పాఠకుల మనసును హత్తుకున్నారు.

అమ్మపై కవిత్వం రాయని కవి ఉండరు. గోపి గారి అమ్మ గారు కాలం చేసినప్పుడు సకాలంలో ఇంటికి చేరుకోలేకపోయారు. అమ్మగారి అంత్యక్రియలు జరుగుతున్న సమయానికి వెళ్ళిన గోపి గారు ఇలా అన్నారు.

“అమ్మ ఓ పట్టాన చావదు
కాలుతున్న కాష్టంలోంచి
వెలుగులు ప్రసారం చేస్తుంది”

ఈ వాక్యం గుండెలను మెలిపెట్టి ఉక్కిరిబిక్కిరి చేస్తుంది. ఇలా రాయడానికి గల కారణం అమ్మ త్యాగానికి, ప్రేమకు ప్రతీక. తను ఎలా ఉన్నా, ఎక్కడ ఉన్నా, ఏ స్థితిలో ఉన్నా బిడ్డకు మేలు జరగాలనే కోరుకుంటుంది. అదే ఈ వాక్యంలో గోపి గారు చెప్పినది. అమ్మ ఋణం

తీర్చుకోవాలంటే అమ్మకు అమ్మై పుట్టాల్సిందేనని నిర్ధారణ చేశారు.

"అక్షరాలు హఠాత్తుగా మెత్తబడ్డాయి
నిన్నటి వరకు గరుగ్గా చూసేసి
ఇవాళ ముసి ముసి నవ్వులు నవ్వుతున్నాయి"

అంటూ తొలకరిని ఆహ్వానించారు. తొలకరి సమయంలో చాలామంది కవులు వారి అనుభూతులను భావకవిత్వంగా మలుస్తారు. గోపి గారు మాత్రం తొలకరితో తన అక్షరాలు మెత్తబడ్డాయని సరికొత్త ఎత్తుగడ, ప్రయోగంతో ముందుకు వచ్చారు. అందరిలా ఆలోచించే కవి కాదు గోపి గారు. తన కవిత్వానికి సరికొత్త ఆలోచనలను మొదటి నుండి తొడుగుతూనే వచ్చారు.

శివారెడ్డి గారు ముట్టుకోకుండా నేను ఉండలేను అంటారు. గోపి గారు ముట్టుకుంటే తగలాలి కవిత్వం అంటారు. ఈ వాక్యాలు కవుల సున్నితత్వాన్ని తెలియజేస్తున్నాయి. కవులు సున్నితులు కాబట్టే త్వరగా చలించిపోతారు. ఎమోషన్స్ ని త్వరగా తమ అక్షరాల ద్వారా పలికిస్తారు.

"ఎంతదూరం లాగిన
నా వేళ్ళల్లో దూరిన
నీ కర స్పర్శే కవిత్వం"

వేళ్ళల్లో అనే ప్రతీకను వాడటానికి గల కారణం చేతి వేళ్ళ సందుల్లో మరో చేయి కలిస్తే దృఢంగా అవుతాయి. అది నమ్మకానికి, ప్రేమకు, అండకు చిహ్నం అలాంటిదే కవిత్వం కూడాను. ఎంతదూరం జరిగినా అంతటి చిక్కనైన కవిత్వంలా బంధాలు ఉండాలి.

వాడు అంటూ రాసిన కవితలో రాజకీయ నాయకుల విన్యాసాలను, నమ్మక ద్రోహాన్ని, దోపిడీని, మోసాన్ని, అవినీతిని నిక్కచ్చిగా ఎండగట్టారు. “గుడిసె ముందు కూర్చొని చెరిగే ఇల్లాలి చేటలో గింజలను సైతం మాయం చేస్తాడని” నికృష్ట, నీతిమాలిన బుద్ధిని తనదైన శైలిలో తెలియజేశారు.

గోపి గారి కవిత్వంలో పల్లె పదాలు, యాస పదాలుగా విరివిగా కనపడతాయి. వీటి మూలంగా పాఠకుడు కవిని వదిలిపోలేడు. కవి పాఠకుడితో ప్రయాణం చేయాలంటే వారి భాషలోకి, యాసలోకి వెళ్ళాలి. అప్పుడే అత్యధిక మంది పాఠకుల హృదయాల్లో కవి నిలబడగలడు. గోపి గారికి మొదటి నుండి ఈ అవగాహన ఉన్నది. అందుకే ప్రతి పుస్తకంలో అరుదైన పద సంపద పొందుపరుస్తూ వస్తున్నారు. ఈ పుస్తకంలో కట్టెల మోపు, మిట్టేండా, బిందె, బండెడు, ఎసరు, పొయ్యి, ఉలిపికట్టె లాంటి పల్లె పద సంపద పుస్తకం మొత్తం ఆవరించి ఉన్నది.

"సూర్యుడు అస్తమించాడు
మా ఎసరు కింద పొయ్యిగా మండుతాడు
మా గూట్లో దీపమై వెలుగుతాడు
బొగ్గు గనుల్లోకి దిగి రేపటి వేడిని రచిస్తాడు"

సూర్యుడు లోకాన్ని వెలిగిస్తేనే అన్నం దొరుకుతుంది. అలాగే బీదవాడి ఇంట్లో వెలిగే పొయ్యి కూడా సూర్యుడే. ఆ సూర్యుడు వెలగకపోతే పేదోడి కడుపు నిండదు. గుడ్డి జీవితాన్ని పారద్రోలే దీపాన్ని కూడా సూర్యుడితో పోల్చారు గోపి గారు. కార్మికుడు కూడా సూర్యుడేనని చాటి చెప్పిన కవిత సూర్య గీతం.

స్వతంత్రం కోసం పోరాడి ఇప్పుడున్న దేశాన్ని చూస్తూ తట్టుకోలేని స్వతంత్ర సమరయోధుల మనసును ఆవిష్కరించిన కవిత ఫ్రీడమ్ ఫైటర్. పుస్తకానికి "చిత్ర దీపాలు" అని పెట్టడానికి గల కారణం గోపి గారు వేమనపై పరిశోధన చేశారు. అప్పుడు వేమన గారి ఒక పద్యం ఆయన్ని ఆకర్షించింది. చాలా రోజుల పాటు వెంటపడింది.

"స్వానుభూతిలేక శాస్త్రవాసనలచే
సంశయంబు చెడదు సాధకునకు
చిత్ర దీపమునకు చీకటి చెడనట్లు
విశ్వదాభిరామ వినురవేమ"

చిత్ర దీపం అంటే దీపం యొక్క చిత్రం. అసలు దీపంతోనే చీకటి పోతుంది కాని చిత్రంతో పోదు కదా అదే విషయాన్ని వేమన గారు చెప్పడం జరిగింది. ఆ అభివ్యక్తిని అనుసరిస్తూ చిత్ర దీపాలు అని ఒక కవిత రాశారు. ఆ కవిత యొక్క శీర్షికనే పుస్తకం పేరుగా పెట్టడం జరిగింది. ఈ కవితలో అనేక సందర్భాల్లో జరిగే అలజడి, అశాంతి గురించి గోపి గారు చెప్పడం జరిగింది.

"గర్భస్థ శిశువు
ఆసుపత్రి గందరగోళంలోకి ప్రవేశించి
పిడికిళ్ళతో యుద్ధం ప్రారంభిస్తుంది"

అంటే గర్భంలో భద్రంగా ఉన్న శిశువు ఆసుపత్రి అనే సమాజంలో పడగానే యుద్ధం ప్రారంభిస్తుందని అర్థం. ఇలాంటి ఎన్నో సరికొత్త ఆలోచనలు, అభివ్యక్తులు, భావచిత్రాలు, పద ప్రయోగాలు పుస్తకం నిండా ఉన్నాయి.

ప్రజాశక్తి దినపత్రికలో
17. 06. 2019

సాహిత్యానికి సమాజానికి మధ్య 'వంతెన'

ప్రధానంగా సాహిత్యంలో ఉండే విభాగాలు నవల, కథ, కవిత, వ్యాసం. క్రమక్రమంగా నవల తెలుగు సాహిత్యంలో తగ్గుముఖం పట్టింది. నేడు కథలకు మంచి డిమాండ్ ఉంది కానీ నిఖిలేశ్వర్ గారు ఒక ముఖాముఖిలో కథల్లో ఎక్కువగా వస్తు వైవిధ్యం రాలేదని, ఒకే మూస ధోరణితో కథలు రాస్తున్నారని, వస్తు పరంగా తెలుగు కథలు విస్తృతి చెందాల్సిన అవసరం ఉందని అభిప్రాయపడ్డారు.

సహేతుకమైన విమర్శ టార్చి లైట్ వేసి వెతికినా కనపడటం కష్టమే. రాచపాళెం, సింగమేనని, వోల్గా, సజ్జా వెంకటేశ్వరులు, లక్ష్మి నరసయ్య, కాత్యాయని లాంటి పెద్ద వాళ్ళు తప్ప యువకులు విమర్శ వైపు అడుగులు వేయడం లేదు. శివారెడ్డి గారు ఒక సందర్భంలో కవి, రచయిత కంటే విమర్శకుడు ఎక్కువగా చదవాలని, అప్పుడే విమర్శలో రాణించడం కుదురుతుందని చెప్పారు. మరి నేటి యువ సాహిత్యవేత్తలు ఎంతమంది చదువుతున్నారు, చదువుతున్న వారు విమర్శ వైపు వస్తున్నారా అంటే సమాధానం లేదనే చెప్పుకోవాల్సి ఉంటుంది.

రాచపాళెం గారు విమర్శను ఉద్దేశించి విమర్శ ముళ్లబాట లాంటిది అన్నారు. దీని ఉద్దేశం విమర్శకులకు అవార్డులు, రివార్డులు, గుర్తింపు ఎక్కువగా ఉండకపోగా శత్రుత్వమే ఎక్కువగా ఉంటుంది. సాహిత్య విమర్శ విస్తృతి పెరగాల్సిన అవసరం ఎంతైనా ఉన్నది. పరిశోధక విద్యార్థులు పరిశోధన సమయంలో వ్యాసాలు రాస్తున్నారు కానీ అవి అభినందనాత్మక విమర్శలే. పరిశోధన పూర్తైన తర్వాత ఎక్కువమంది సాహిత్యం నుండి వైదొలుగుతున్నారు.

ఎంచుకున్న రంగంలో అవకాశాలు రాకపోవడం, జీవన పోరాటమే ప్రధాన కారణాలు కాబట్టి వారిని నిందించి లాభం లేదు. సాహిత్యంలో మొదటి నుండి ఒక వెలుగు వెలుగుతున్న ప్రక్రియ కవిత్వం. వచన కవిత్వం వచ్చిన తర్వాత కవుల సంఖ్య, కవితల సంఖ్య అమాంతంగా పెరిగిపోయింది. వచన కవిత్వం అన్నారు కానీ వచనం అనలేదు. ఈ విషయాన్ని చాలామంది మరచిపోతున్నారు. అందుకే రాను రాను వచన కవిత్వం స్థానంలో వచనం మాత్రమే ఉంటోందని ఆరోపణ.

వచన కవిత్వంలో ఎక్కువగా వచనం రావడానికి కారణం నూతన కవులకు సరైన అవగాహన లేకపోవడం. కవిత్వాన్ని సీరియస్ గా తీసుకోకుండా తీరిక సమయంలో రాయడం, కవిత్వం రాస్తే కవి అనే గుర్తింపు వస్తుందని, సామాజిక చింతన లేకపోవడం, ఏదైనా ఒక పని చేస్తున్నాము

అంటే సంబంధించిన గ్రౌండ్ వర్క్ చేయాలి. కానీ అందులో విఫలం అవ్వడం, కవిత్వ రీతులు, కవిత్వ పద్దతులు తెలియకపోవడం. కవిత్వానికి నిర్దేశించిన పద్ధతులు, రీతులు లేవు కాకపోతే మనకంటే పూర్వ కవులు ఎలా రాశారనే అవగాహన లేదు. కనీసం ప్రస్తుతం ఉన్న కవులను పూర్తిగా చదవకపోవడం, సరైన గైడెన్స్ లభించకపోవడం ఇలా చాలా కారణాలు ఉన్నాయి.

గోపి గారినే తీసుకుంటే వారి మొదటి పుస్తకం తంగెడుపూలతో పోల్చుకుంటే నాలుగవ పుస్తకం వంతెనలో కవిత్వ శిల్పం, ఎక్స్‌ప్రెషన్, పూర్తిగా మారిపోయింది. దీనికి కారణం విస్తృతమైన అధ్యయనం, ఎక్కువగా చదవడం తద్వారా వారి కవిత్వాన్ని మెల్ల మెల్లగా నిర్మించుకున్నారు. కావున కవులు మొదట రాసిన కవితను సంవత్సరం గడిచిన తర్వాత రాసిన కవితను పోల్చి చూసుకోవాలి, మార్పులు ఉన్నాయో లేదో గమనించుకోవాలి. గతంలో రాసిన కవిత్వాన్ని మళ్ళీ మళ్ళీ చదివితే ఎన్నో మార్పులు చేసుకునే అవకాశం ఉంటుంది. అలా చేసుకున్నప్పుడు గతంలో చేసిన తప్పులు తెలుస్తాయి. తద్వారా కవిత్వంపై పట్టు సాధించవచ్చు.

ఎన్. గోపి గారు "వంతెన" శీర్షికతో 1993లో వారి నాలుగవ కవిత్వ సంపుటి తెలుగు సాహిత్య ప్రపంచానికి అందించారు. పుస్తకంలో మొత్తం 37 కవితలు ఉన్నాయి. మొదటి పుస్తకం తంగెడుపూలు 1976లో విడుదల చేస్తే

నాలుగవ కవిత్వ సంపుటి 17 సంవత్సరాల తర్వాత విడుదల చేశారు.

కవిగా 17 సంవత్సరాలు అనుభవంతో రాసిన కవిత్వం ఎంతటి గాఢతత సంచరించుకోవాలో అంతకంటే ఎక్కువ గాఢతత ఉన్నది. పుస్తకంలో ఫీల్, ఎక్స్‌ప్రెషన్ ఆఫ్ పోయెట్రీ అధికంగా కనపడుతుంది. వస్తువు ఏదైనా కావచ్చు వస్తువును కవిత్వంగా నిర్మాణం చేసేటప్పుడు ఎక్స్‌ప్రెషన్ చాలా ముఖ్యం. చెప్పడం ముఖ్యమే, ఎలా చెప్తున్నామనేది మరీ ముఖ్యం. కల్వర్టు అనే కవితతో మొదలై వంతెన కవితతో ముగుస్తుంది. బస్సులో తన ఊరికి ప్రయాణమైన కవి కల్వర్టుని చూసి

"బస్సులోంచి దూకి
ఆ కల్వర్టుపై వాలిపోవాలని ఉంది"

అన్నారు. ఈ కవితలో కల్వర్టు ప్రతీక అయితే, వస్తువు-సొంత ఊరు(పల్లె), శిల్పం-సొంత ఊరిలో ఉన్న అనుబంధం, జ్ఞాపకాలు, బాధ.-తన చిన్ననాటి ఊరు కాదది వీధుల్లో రాజకీయ కోరలు నూరుతున్నాయి అంటారు. అంటే పల్లెల్లో ఉండే ముఠాకక్షలు, రాజకీయ ఉనికి కోసం విడిపోయిన ఊరును కవి తట్టుకోలేక పోయారు.

"కోడి పందాల్లో రాలుతున్న ఈకలు"

మనిషి తను బ్రతకడం కోసం తప్పనిసరిగా ఈ లోకంలో ఎన్నో జీవులను చంపుతున్నాడు. పులికి ఆహారం జింక, అది తప్పనిసరి. మనిషికి ఆహారానికి ఆప్షన్స్ చాలా ఉన్నాయి అయినప్పటికీ మాంసాన్ని తింటున్నారు. అది మనిషి ఇష్టానికే వదిలేద్దాము. మరి కోడి పందాలు, మేకల పందాలు, జల్లి కట్టు లాంటివి చేస్తూ మూగజీవాలను వేధించడం మనిషి వికృతత్వానికి ప్రతీక. ఇలాంటి చర్యలను కవి తట్టుకోలేకపోయారు. చివరిగా పల్లె ప్రజలు పట్టణ బాట పడతారనీ ఒక మాట అన్నారు.

"పట్టణం నా ప్రియురాలు కాదు
కానీ పల్లెల్లో అమ్మ ఒడి కరువైంది"

కవి పట్టణాన్ని ఇష్టపడటం లేదు, ద్వేషించడం లేదు. పల్లెను మాత్రం ఇష్టపడ్డారు. మారుతున్న పల్లెలను చూసి తట్టుకోలేకపోయారు. అటు పల్లెకు, ఇటు పట్టణానికి చెందకుండా ఒంటరి అయిపోతున్నానని కలత చెందారు. ఉస్మానియా విశ్వవిద్యాలయంలో తెలుగు విభాగానికి అధ్యక్షుడి గాను, పొట్టి శ్రీరాములు తెలుగు విశ్వవిద్యాలయం ఉపసంచాలకునిగాను పనిచేసిన గోపి గారు విద్యార్థులను ఎక్కువగా గమనించారు. ఇన్విజిలేషన్ కవితలో...

"పిల్లలు కాగితాల పొలాల్లో
భవిష్యత్తు విత్తనాలు చల్లుకుంటున్నారు"

అన్నారు. పిల్లలు పరీక్షలు రాస్తున్నారని చెప్పడానికి కవి కాగితాలను పొలాలు అనే ప్రతీకను వాడారు. అక్షరాలను విత్తనాలతో పోల్చారు. ఇదే నేటి కవుల్లో కరువైనది. చెప్పే విషయాన్ని ఎలా చెప్తున్నాము, ఎంత అర్థమయ్యేలోగా చెప్తున్నాము అన్నదే ముఖ్యం.

ఇక్కడ కవి వాడిన ప్రతీకలతో కవిత్వ గాఢత పెరిగింది. ప్రతీకలు, ఉపమానాలు అర్థమవ్వాలి కానీ తోచింది రాసేసి దానికి వివరణ ఇచ్చుకునే దశలో కవిత్వాన్ని తీసుకుపోతున్న చాలామంది కవులు ఆలోచించుకోవాలి.

సరైన ఉపమానాలు, ప్రతీకలు, పద మైత్రి కుదిరితే కవిత్వం చిక్కబడుతుంది. ఇష్టం వచ్చింది, ఊహించి రాసేసి నాది గొప్ప కవిత్వం అంటే ఎలా? విశ్వవిద్యాలయాలు కూడా వాటినే మోస్తూ పోతే కవిత్వాన్ని పూర్తిగా రీడర్స్ కి దూరం చేసిన వారౌతారు.

కవితలో గోపి గారు పరీక్షా విధానాన్ని ఇష్టపడలేదు. మూడు గంటల్లో భవిష్యత్తు నిర్ధారణ సరైనది కాదని అభిప్రాయపడ్డారు.

"స్వార్థాల చౌరస్తాలో విడిపోయిన పెదవులు
అమ్మ దగ్గర తప్పక కలుస్తాయి
అమ్మకున్న ప్రేమ ఆకాశానికి కెక్కడిది?

కోటి చుక్కలు పూచినా రెండు పళ్ళే
చేతికందుతాయి"

అమ్మపై గోపి గారు రాసిన మినీ కవిత. స్వార్థం, ద్వేషం, అసూయ, డబ్బు ఇలాంటి వాటితో విడిపోయిన మన పేదవుల బంధాలు అమ్మ అనగానే కలుస్తాయి అని గోపి గారు మొదటి వాక్యం యొక్క ఉద్దేశం. అమ్మను భూమితో, నాన్నను ఆకాశంతో పోలుస్తూ ఉంటాము.

వాస్తవానికి అమ్మను ఎవరితో పోల్చకూడదు. ఎవరితో పోల్చనిదే అమ్మ. భూమికి సహనం ఎక్కువే కానీ అమ్మకు ఉన్నంత సహనం భూమికి లేదు, అందుకే భూకంపాలు. కానీ అమ్మను ఎంత నిర్లక్ష్యం చేసినా తానే కూలిపోతుంది కానీ బిడ్డను కూల్చదు. కాబట్టి అమ్మను మాత్రం ఎవరితో పోల్చలేము.

అదే విషయాన్ని గోపి గారు అమ్మకు ఉన్న ప్రేమ ఆకాశానికి లేదు. దానికి ఉదాహరణగా ఎన్నో చుక్కలను పూసిన ఆకాశం సూర్య-చంద్రులనే పరిపూర్ణం చేసిందని సరికొత్త ప్రయోగంతో మన ముందు ఉంచారు. ఇక్కడ ఆకాశం అమ్మ అనుకుంటే సమస్త గ్రహాలు బిడ్డలు అనుకుంటే సూర్య చంద్రులే పరిపూర్ణంగా ఉన్నారని చెప్పారు. ఇది కేవలం అమ్మ స్థాయిని చెప్పడమే కానీ పంచభూతాల స్థితిగతులు తెలియక కాదు. పువ్వులు అనే కవితలో

"పువ్వుల్ని ప్రేమించే వారు
నవ్వులని చంపలేరు"

పువ్వులు సున్నితత్వానికి చిహ్నం అలాంటి సున్నితత్వాన్ని ప్రేమించేవారు నవ్వులను చంపలేరని గోపి గారి ఉద్దేశం.

"మాటలు చోట్లు మార్చుకుంటే
అది వాక్యం కాదు"

మాట చోటును బట్టి మార్చినప్పటికీ, అది వాక్యం కాదని వాక్యం కలగాపులగం అయితే అందులో అర్థం ఉండదని అభిప్రాయపడ్డారు. ఏది పడితే అది రాసేయడం కొన్ని వాక్యాలు పెర్చేస్తే అర్థం ఉండదని, సరైన పద్ధతిలోనే వాక్య నిర్మాణం ఉండాలని, అప్పుడే ఆ వాక్యాల సారాంశం అందరికీ అర్థం అవుతుందని అర్థం.

ఒక అనాథ పిల్లవాడిని చూసి చూపులు పేరుతో రాసిన కవితలో

"అవును వాడు అనాథ
ఫుట్ పాత్ మీద పూచిన కాడలేని,
రేకులా వొణికే భయం పువ్వు"

అన్నారు. పిల్లవాడిని పువ్వుతో పోల్చిన కవి, ఆ పువ్వు ఫుట్ పాత్ మీద పూసింది అన్నారు. ఆ పువ్వుకు కాడ

లేదు అంటే కాడ లేని పువ్వు నిలబడలేదు/అందంగా ఉండదు. దాన్నే బోడి పువ్వు అంటారు. అదే విషయాన్ని గోపి గారు తనదైన శైలిలో చెప్పారు.

"పల్లె టూల్లో సుడిగాలి లేపేస్తే
సిటీ ముళ్ళకంచె మీద పడ్డ
చింకిరిపింకిరి రుమాలు పేలిక"

పల్లెలో తిండి దొరకక సిటికి వచ్చిన పడ్డాడు అంటూనే ఆ పిల్లవాడి స్థితిని ముళ్ళకంచె మీద పడ్డ చేతి రుమాలు అన్నారు. ముళ్ళకంచెపై పడిన గుడ్డ చేతికి అందాలంటే కష్టం, బలవంతం చేస్తే చినిగిపోతుంది. ఆ పిల్లవాడి భవిష్యత్తు కూడా అలాంటిదేనని అర్థం.

ఈ వంతెన జననానికి, మరణానికి మధ్య నలిగేది. కష్టానికి, సుఖానికి మధ్య వారధి. అక్షరానికి, వాక్యానికి, పద్యానికి మధ్య అనంతమైన వంతెన. కవిత్వానికి, భావుకతకు వేసిన సుదీర్ఘమైన వంతెన. సాహిత్యానికి, సమాజానికి మధ్య నిర్మించిన ప్రాచీన వంతెన. ఈ వంతెనపై నవ యువ సాహిత్య కారులందరూ నడవాలని ఆహ్వానిస్తూ.

సూర్య దినపత్రికలో
15. 07. 2019

కాలాన్ని నిద్రపోనివ్వను

కాలంతో పాటు పరుగు పెట్టకపోతే ఏ వ్యక్తి సమాజాన్ని పూర్తిగా చూడలేడు. భూత, భవిష్య, వర్తమాన కాలాన్ని అక్షరాలతో రికార్డు చేసే వారే సాహిత్యవేత్తలు. కాలం ఒక నిరంతర ప్రవాహం. సృష్టి మొదలైనప్పటి నుండి సాగుతూనే ఉన్నది. కాలానికి ఆది, అంతం ఉన్నాయని పెద్ద చర్చే జరుగుతోంది. ఆ చర్చను పక్కన పెడితే కాలం ఎవరి కోసం ఆగదు, గడిచిన కాలం తిరిగి రాదు. అందుకే సమయాన్ని వృధా చేయకూడదు, ఉన్న సమయాన్ని సద్వినియోగం చేసుకోవాలంటారు.

కాలం, జీవితం రెండు ఒకటే. గడిచిన కాలం తిరిగి రానట్టే జీవితం కూడా తిరిగి రాదు. అందుకే ప్రతి నిమిషం ఆనందంగా గడపాలి. ఆనందంగా గడపడం అంటే మనం మాత్రమే కాదు అందరిని ఆనందంగా ఉంచినప్పుడే మంచి జీవితాన్ని, కాలాన్ని గడపగలరు. జీవితం, కాలం రెండు మన చేతుల్లోనే ఉంటాయి. వాటిని సరిగా ఉపయోగించుకుంటే జీవితం సఫలీకృతం అవుతుంది లేదంటే కష్టతరమే. మన చేతుల్లో ఉన్న జీవితాన్ని, కాలాన్ని వదిలేసుకొని తర్వాత బాధపడితే ఉపయోగం లేదు.

సాహిత్యంలో కాలం యొక్క ప్రస్తావన అనేకమంది సాహిత్యవేత్తలు రకరకాలుగా స్పందించారు.

"ప్రభో, కాలం నీ చేతుల్లో అనంతం
నీ నిముషాల్ని లెక్కపెట్టగల వారెవరూ లేరు"

గీతాంజలిలో చలం కాలాన్ని గురించి అన్న మాట. కాలం అనంతమని అభిప్రాయపడుతూనే అది ప్రభువు చేతుల్లో ఉందని చెప్పారు. అభ్యుదయ, నాస్తిక వాదుల్లో కొందరూ వ్యతిరేకత తెలుపవచ్చు అది వేరే విషయం.

"ఎందులోంచి ఎప్పుడు,
ఎలాగ పుట్టింది కాలము?
ఎవరివల్ల, ఎవరికోసం జరిగిందీ ఇంద్రజాలం?"

అని ఆరుద్ర గారు త్వమేవాహంలో కాలాన్ని గురించి చెప్పుకొచ్చారు. కాలం ఒక ఇంద్రజాలం వాస్తవం. కాలం మన చేతల్లోనే ఉంటుంది అచ్చు జీవితం లాగే. కొన్ని సందర్భాల్లో మన ప్రమేయం లేకుండానే ఏవేవో జరుగుతూ ఉంటాయి. అందుకే కాలం ఒక ఇంద్రజాలం అయ్యుండచ్చు.

"గాలంవలె, శూలంవలె వేలాడే కాలం
వేటాడే వ్యాఘ్రం అది, వెంటాడును శీఘ్రం"

అని ఖడ్గసృష్టిలో శ్రీశ్రీ గారు కాలాన్ని శూలంతో, వేటాడే పులి అని చెప్పుకొచ్చారు. చలం గారు కాలం దైవం

చేతుల్లో ఉంటుంది అంటే, ఆరుద్ర ఎవరి కోసం ఈ కాలం అని ప్రశ్నిస్తే, శ్రీశ్రీ కాలాన్ని పులితో పోల్చి అది వేటాడుతుంది అన్నారు.

మన తెలుగు కవుల అభిప్రాయాలను పక్కన పెడితే, శాస్త్రవేత్తలు మాత్రం కాలం ఈ విశ్వం ఉద్భవించినప్పటికీ నుండి పుట్టిందని పేర్కొన్నారు. నిరంతరం వ్యాపిస్తున్న ఈ విశ్వంలో ఎప్పుడో ఒకప్పుడు వివిధ రూపాల్లో ఉన్న శక్తులు ఉట్టిడుగుతాయని అప్పుడు సంకోచం ప్రారంభమై విశ్వమంతా ఒక కృష్ణ బిలం (Black Hole)లా మారుతుందని, అప్పుడు కాలం ఆగిపోతుందని కొందరు శాస్త్రవేత్తల అభిప్రాయపడుతున్నారు. అంటే కాలం యొక్క ఆది, అంతం వివరించే ప్రయత్నం చేస్తున్నారు. ఆధారాల కోసం కృషి చేస్తున్నారు.

డా. ఎన్. గోపి గారు కూడా కాలాన్ని నిద్రపోనివ్వను అంటూ 1998లో వారి ఐదవ కవిత్వ సంపుటిని తెలుగు సాహిత్య లోకానికి అందించారు. ఈ పుస్తకంలో మొత్తం యాభై కవితలు ఉన్నాయి. ప్రధానంగా కాలాన్ని అనేక విధాలుగా వివరిస్తూ సాగిన కవితలే ఎక్కువగా కనపడతాయి.

గోపి గారి మొదటి కవితా సంపుటి తంగెడుపూలు 1976లో వస్తే, కాలాన్ని నిద్రపోనివ్వను అనే ఈ ఐదవ కవిత్వ

సంపుటి 1998లో వచ్చింది. దాదాపు 22 సంవత్సరాల అనుభవం ఇందులో విశేషంగా కనపడుతుంది.

పుస్తకంలోని కొన్ని కవితలు తెలుగు కవిత్వ చరిత్రలో శాశ్వతంగా నిలిచిపోయేవి ఉన్నాయి. పాఠకుల హృదయాలను దోచుకున్నవి ఉన్నాయి. అనుభవం ఆయుధంగా మార్చుకున్న గోపి గారు కవిత్వాన్ని పతాకస్థాయికి తీసుకెళ్లారు. ఇదే పుస్తకానికి గోపి గారికి కేంద్ర సాహిత్య అకాడమి పురస్కారం లభించింది. వస్తువు అందరిది అయినప్పుడు కవిత విస్తృతంగా చర్చలోకి వస్తుంది. ఈ పుస్తకంలో చాలా వస్తువులు అలాంటివే ఉన్నాయి. అందుకే భారతదేశ అన్ని భాషల్లోకి ఇందులోని చాల కవితలు అనువాదమయ్యాయి.

మొదటి కవిత "రొట్టె"

"రొట్టె ఆకాశం నుండి ఊడిపడదు
భూగర్భ సారంలోంచి
చెమట బిందువులు మోసుకొచ్చిన
ఆకలి స్వప్నం రొట్టె"

అని రొట్టె ఎలా లభిస్తుందో చెప్పారు. రొట్టె ఆకాశం నుండి ఊడిపడదు, చెమట బిందువులు మోసుకొచ్చాయనడంలో శ్రమ విలువను చెప్పడం. రొట్టె ఎలా

వచ్చిందో? ఎత్తుగడలో చెప్పిన కవి దానితో ఉన్న అనుబంధాన్ని శిల్పంలో ఇలా చెప్పుకొచ్చారు.

"మా ఇంట్లో తెల్లవారడమంటే
రొట్టె సూర్యుడు ఉదయించినట్టే"

మన ముందు తరం వారు రొట్టెలను అమితంగా ఇష్టపడేవారు. అది ఆరోగ్యానికి మంచిది కూడా. పొద్దునే రొట్టె చేయడాన్ని పైవిధంగా రొట్టె జ్ఞాపకాలను గుర్తు చేసుకున్నారు. రొట్టె చేయడానికి అమ్మ పిండిని కలుపుతుంటే తమ కడుపులు నిమురుతున్నట్టు ఉండేది.

పిల్లల ఆకలి తీర్చడానికి అమ్మ చేస్తున్న రొట్టెను కవి ఈ విధంగా వర్ణించారు. రొట్టెను చేసే విధానాన్ని శ్రమ స్పర్శ సిద్ధాంతం అనడంలో అమ్మ శ్రమను గుర్తించడమే. రొట్టెకు ముడి పదార్థం శ్రమతోనే గుర్తించిన కవి రొట్టెను చేసే విధానాన్ని కూడా శ్రమతోనే గుర్తించారు. ఆఖరుకి రొట్టె మహాకావ్యం అన్నారు. ఆకలి తీర్చేదే మహాకావ్యమని గోపి గారి ఉద్దేశం. ఆఖరికి రొట్టెను సూర్యుడితో పోల్చారు.

సాంకేతిక విప్లవం చాలా వ్యవస్థలను నాశనం చేసింది. పనిని సులభం చేసింది. సోమరిపోతులుగా మార్చింది కూడా. సహజత్వాన్ని చంపేసి కృత్రిమాన్ని నెత్తిపై మోపింది. కంప్యూటర్ వచ్చిన తర్వాత ఉత్తరాలు ఎవరూ రాయడం లేదు. చాలా తక్కువ సందర్భాల్లో ఉత్తరాలు

రాసుకుంటున్నవారు ఉన్నారు. కాలానికి వేగం అవసరం అందుకే ఉత్తరం కాలక్రమమేనా మరుగున పడిపోతోంది. అలాంటి ఉత్తరాన్ని "చచ్చిపోతున్న ఉత్తరం" అంటూ కవిత రాశారు. ఇప్పటికీ (పుస్తకం రాసిన కాలానికి) గోపి గారు ఉత్తరాలే వాడుతారని కవితలో చెప్పుకున్నారు. అలాగే "పోస్ట్ మాన్ అంత అందగాడు ఈ భూప్రపంచంలో దొరకడు" అని అభిప్రాయపడ్డారు. వాకిలిపై కవిత రాసిన గోపి గారు

"నేను నా గదిలో ఉన్నా కూడా
వాకిట్లో ఏమి జరుగుతోందో వాకిలి నాకు చెప్తుంది"

అంటూ వాకిలితో తన అనుబంధాన్ని రాసుకున్నారు. మరో సందర్భంలో వాకిలి నుండి బయట పడితే బయట సమాజాన్ని చదవాలన్నారు. ముందు తెలిపినట్టు వాకిలి, రొట్టె, బొంత, వరద, డప్పు, రోడ్డు, రాయి లాంటి వస్తువులపై కవిత్వం రాయడం ద్వారా పాఠకులతో మమేకం అవ్వగలిగారు.

"బొంతమీద పడుకున్నప్పుడల్లా
అమ్మ, అమ్మమ్మ, అక్క
అందరి ఒడిలో ఏకకాలంలో
సేద తీరినట్లు ఉంటుంది"

బొంత అంటే నేటి తరం పిల్లలకి ఎక్కువగా తెలియకపోవచ్చు. బొంత అంటే ఇంట్లో ఆడవాళ్ళ పాత

చీరలతో కుట్టుకుంటారు. ఇప్పుడంటే పరుపులు ఉన్నాయి కానీ ముందు ఈ బొంతలనే పరుపులుగా, దుప్పట్లుగా కాలానికి అనుగుణంగా ఉపయోగించుకునే వారు. అమ్మ, అమ్మమ్మ, అక్క అని చెప్పడంలో కవి ఉద్దేశం వారి వస్త్రాలతో చేసినది కనుక ఏక కాలంలో వారి ప్రేమతో సేద తీరినట్టు ఉంటుందన్నారు.

ఈ కవితలో కవి బొంత గొప్పదనాన్ని, బొంతతో తనకున్న అనుభూతులను పంచుకున్నారు. చివరిగా బొంత శ్రామిక జన సంస్కృతికి ప్రతీక అని నిర్ధారణ చేశారు. బొంత కుట్టడంలో ఉన్న శ్రమను గుర్తించారు. వస్తువు ఏది తీసుకున్నా అందులోని శ్రమను విశేషంగా గుర్తించారు.

వంతెన పుస్తకంలో మా అమ్మాయి శీర్షికతో 6-7-1992లో గోపి గారి అమ్మాయి గురించి కవిత రాసుకున్నారు. వారి అమ్మాయితో వారికున్న అనుబంధాన్ని చెప్పుకున్నారు. అదే కవిత యొక్క ఎత్తుగడలో ఇలా అన్నారు

"మా అమ్మాయి నా భుజాల దాకా ఎదిగి
నన్ను ఎత్తుకో నాన్న అన్నప్పుడు
బాల్యాన్ని ఇష్టం లేని నా బిడ్డను చూసి
ఎంత బాధపడ్డానో"

అన్న గోపి గారు కాలాన్ని నిద్రపోనివ్వను పుస్తకంలో అదే శీర్షికతో 30-12-1996 మరో కవిత రాశారు. మళ్ళీ రాయడానికి కారణం వారి అమ్మాయిని పోగొట్టుకోవడమే.

"తనకు తెలియదు
తన మరణం క్షణమయితే
మా మరణం క్షణ క్షణమని"

అని రాసుకోవడంలో ఉన్న బాధను అర్థం చేసుకోవచ్చు. క్షణంలో పోయినవారికంటే వారు పోయిన తర్వాత తమ వారు క్షణ క్షణం మరణిస్తూనే ఉంటారు. అమ్మాయిని పోగొట్టుకున్నారు కనుక ఆ ఛాయలు పుస్తకం మొత్తం కనపడుతూనే ఉంటాయి.

తొలకరి గురించి, నగరంలో వర్షం గురించి, ఎండ గురించి ఇలా అనేక కవితలు రాసిన గోపి గారు, ఈ పుస్తకంలో కూడా తొలి వానలు అంటూ కవిత రాశారు. ఇందులో వర్షం ఎలా వస్తుందో చెప్పడానికి ఇలా అన్నారు.

"పట్టపగ్గాలు లేని సూర్యుణ్ణి పట్టుకొని
ఉతికి ఆరేస్తే బొట్లు బొట్లుగా వర్షం"

సూర్యుడు, కాలం, చీకటి, నది, ఆకాశం, సముద్రం, ప్రకృతి గోపి గారి కవిత్వంలో ఎక్కువగా కనపడతాయి. కవితా రహస్యం ఎవరికీ తెలియదని/తెలిసింది అనుకునే లోపు

కాలగర్భం కొత్త గోళాన్ని ప్రసవిస్తుంది అన్నారు. అంటే కవిత్వ రహస్యం ఒక కాలంలో తెలుసుకునే లోపు కాలం ముందుకు జరిగిపోతుంది. అప్పుడు ఆ కాలానికి తగిన రహస్యాన్ని మళ్ళీ కనిపెట్టుకోవాలి. అందుకే కవి కాలంతో పాటు పరుగు పెట్టాలి.

మునుపు ఒక కవితలో రోడ్డు మనుషులను పుష్పిస్తుంది అన్న గోపి గారు, ఈ పుస్తకంలో రోడ్డు లయ తప్పింది అన్నారు. దీనికి కారణం రోడ్డు మీద జరిగే ప్రమాదాలే. ఒకే వస్తువుపై రెండు, అంతకన్నా ఎక్కువసార్లు కవితలు రాశారు. ఒకే వస్తువుపై ఒకే కవి కవితలు రాసినప్పుడు ఒకే అభిప్రాయాలు ఉండవు. దానికి కారణం కాలం. వస్తువు ఒక్కటే అయినప్పటికీ కాలం మారినప్పుడు అభిప్రాయాలు మారుతాయి.

పుస్తకంలో ఎక్స్ప్రెషన్స్ వైవిధ్యంగా కనపడతాయి. ఉదాహరణకు కొన్ని:

"రాత్రి- తూర్పు గోడకేసి తలను బాదుకుంటే
బొప్పి కట్టిన నెత్తుటి ముద్ద సూర్యుడు"

"గోడ గడియారంలో కాలం
ముని వేళ్ళపైన నడుస్తూ భళ్ళున జారిపడింది"
"మౌనం పండుతుంది

సూర్యోదయం అంత ఎర్రగా"

"చెట్టులోంచి పుట్టదు నీడ
ఎండతో పోట్లాడి గెల్చుకున్న అమృత కవచమది"

"రాత్రిని పిల్చుకొని
ఉదయాన్ని పుక్కిలించిన వాడు
మనిషి కాక మరేమవుతాడు"

"పెన్నులో ఇంకుందా?
రేపటి సూర్యోదయంపై సంతకం చేయాలి
చిరంజీవులను ఆశీర్వదించాలి"

"అప్పుడప్పుడు ఈ భూగోళమే
పెద్ద కన్నీటి బొట్టుగా కనిపించేది"

"నగరం గల గల నవ్వుతోంది
కానీ దాన్లోంచి పల్లెలు రాలుతున్న చప్పుడు"

"పద్యాన్ని పదే పదే చదువుతున్నప్పుడు
నిన్నటి కన్నీటిని
మళ్ళీ మళ్ళీ తాగినట్టు ఉంటుంది"
"కన్నీటి నదిలో

ఎన్నటికీ ఒడ్డు చేరని పడవ కన్ను"

ఇలా చెప్పలేనని ఎక్స్‌ప్రెషన్స్ మనకు
హత్తుకుపోతాయి.

ఆదాబ్ హైదరాబాద్ దినపత్రికలో

11. 08. 2019

తెలుగు సాహిత్యంలో విశేషమైన ప్రక్రియ 'నానీలు'

వచన కవిత్వం వచ్చిన తర్వాత తెలుగు సాహిత్యంలో అనేక కవిత్వ ప్రక్రియలు వచ్చాయి. కాలానికి కొన్ని నిలబడ్డాయి, మరికొన్ని రాలిపోయాయి, ఇంకొన్ని పతనదిశలో ఉన్నాయి.

కవిత్వంలో ప్రక్రియలు రావడం పర్వాలేదు కానీ ప్రక్రియలు కవి స్వేచ్ఛని హరించరాదు. పద్యం నుండి వచన కవిత్వానికి వచ్చింది స్వేచ్ఛ కోసమే మరి స్వేచ్ఛ వద్దని మళ్ళీ వెనక్కి వెళ్ళిపోతే ఎలా? అందుకే నియమాలు ఎక్కువగా ఉన్న ప్రక్రియలు నిలబడలేకపోయాయి.

మినీ కవిత్వం కొద్ది రోజులు హడావిడి చేసింది కానీ నిలబడలేకపోయింది. డా. రావి రంగారావు గారు మినీ కవిత్వాన్ని బాగా రాశారు. అయినప్పటికీ మినీ కవిత్వం ఈ మధ్య కాలంలో ఎక్కువగా రావడం లేదు. కొందరు రాస్తున్నప్పటికీ పుస్తక రూపంలో రావడం మాత్రం చాలా తక్కువ.

డా. ఏనుగు నారసింహ రెడ్డి గారు రుబాయిలలో విశేషమైన కృషి చేస్తున్నారు. రెక్కలు, వ్యంజకాలు, నక్షత్రాలు, ముత్యాలు, వజ్రాలు, సవ్వడులు ఇలా చాలా ప్రక్రియలు అలా మెరిసి వెళ్ళిపోయాయి.

నానోలు అనే ప్రక్రియను ఈగ హనుమాన్ గారు రూపొందించారు. సుమారు పది పుస్తకాలు ముద్రణ జరిగాయి. ఇప్పటికీ అక్కడక్కడ నానోలు రాస్తున్నారు కానీ పుస్తక రూపకంలో రావడం లేదు.

నేను కూడా హిందీలో 200 నానోలు రాశాను. పుస్తకానికి ముందుమాట ఈగ హనుమాన్ గారే రాశారు. నాలుగు స్వతంత్ర పదాలను కలిపి అందమైన కవిత్వాన్ని పండించాలి. భీంపల్లి శ్రీకాంత్ గారు మొగ్గలు అనే ప్రక్రియను Nov-20-2017 నాడు అంకురార్పణ చేసారు. స్వయంగా ఒక పుస్తకం కూడా వేశారు. ఆ తర్వాత ఉప్పరి తిరుమలేష్ చిరుమొగ్గలు పుస్తకం వేశారు. ప్రక్రియలు ఎన్ని వచ్చాయని కాదు, ఎంత కాలం నిలబడ్డాయి అన్నదే ముఖ్యం.

తెలుగు సాహిత్యంలో అప్పటికీ ఐదు కవిత్వ పుస్తకాలను విడుదల చేసిన ప్రసిద్ధ కవిగా ఉన్న డా. ఎన్. గోపి గారు 1997లో నానీలు పేరుతో ఒక కొత్త సాహిత్య ప్రక్రియకు నాంది పలికారు. 20-25 అక్షరాలు, నాలుగు పాదాలు తప్పక ఉండాలి. రెండు యూనిట్ల పరస్పర

సంబంధం, సాగదీయకుండా మరీ తగ్గించకుండా ఒక క్రమశిక్షణ. 5 అక్షరాల వెసులుబాటు కూడా కల్పించారు. గోపి గారు చెప్పిన లక్షణాలను నానీలో పాటిస్తే తప్పకుండా కాలపరీక్షకు నిలబడతాయి. భావావేశం ఉంటేగాని నానీ సాంద్రీకరణ చెందదు. కొత్తగా కలం పట్టిన యువ కవులకు నానీల ప్రక్రియను అమితంగా ఇష్టపడతారు.

నానీలు అంటే నావీ నీవీ వెరసి మనవి అని, నానీలంటే చిన్నపిల్లలు, చిట్టి పద్యాలని గోపి గారు వివరించారు. నానీలు ప్రక్రియకు విశేషమైన స్పందన వచ్చింది. యువ కవులే కాకుండా సీనియర్ కవులు సైతం ఇప్పటికీ నానీలు రాస్తున్నారు. దాదాపు మూడు వందలకు పైగా పుస్తకాలు వచ్చాయి. స్వయంగా గోపి గారు రెండు నానీల పుస్తకాలు సాహిత్యలోకానికి అందించారు. 700 పైగా నానీలు ఈ రెండు పుస్తకాల్లో ఉన్నాయి.

"కుండ ముక్కలైందా
కుమిలిపోకు
మట్టి మరో రూపం కోసం
సిద్ధమౌతుంది"

గోపి గారి నానీల విశేషం ఏంటంటే ఒక నానీని పలు రకాలుగా అన్వయించుకునే సౌలభ్యం ఉండటమే. కుండ అంటే ప్రయత్నం అనుకుందాము ప్రయత్నం విఫలమైతే మరో

ప్రయత్నం చేయాలనే స్పర్శ పై నానీలో కనపడుతుంది. అలాగే కుండను శరీరం అనుకుంటే, శరీరం పోయినా ఆత్మ మరో శరీరాన్ని వెతుక్కుంటుంది. ఇలా ఒక నానీ పలు రకాలుగా రీడర్ కి అవసరమైన చోట సందర్భానుసారంగా ఉపయోగపడుతుంది.

"జీవితం మొత్తం
ఏ పద్యంలోనూ పట్టదు
పద్యానికి అత్యాశ కూడదు"

జీవితం ప్రవాహం లాంటిది. ప్రవాహాన్ని ఒక పద్యంలో బంధించడం అసాధ్యమైనది. జీవితాన్ని మొత్తం కొన్ని కోట్ల పద్యాలలో రాసినప్పటికీ ఇంకా మిగిలే ఉంటుంది. గోపి గారు ఇలా చెప్పడానికి గల కారణం జీవితపు విలువ తెలుసు కనుకే.

"రాసేంతవరకు
పద్యం నీది
తర్వాత కాలానికి రాసిచ్చిన వీలునామా"

కవిత్వం రాసేంత వరకే మనది. ఒక్కసారి రాసి సమాజంలోకి వదిలేసిన తర్వాత ఆ కవిత నీ సొంతం కాదు సమాజానిది. అందుకే కవులు అత్యంత జాగ్రత్తగా సాహిత్యాన్ని రచించాలి. అక్షరానికి అత్యంత శక్తి ఉంటుంది. జీవితాలను నిర్మించగలదు, నాశనం చేయగలదు. సమాజాన్ని

నిర్మించే సాహిత్యాన్ని రాయడమే కవి కర్తవ్యం. ఏది రాస్తే ఏమౌతుంది అనుకుంటే పొరపాటే. ఒక నినాదం దేశానికి స్వతంత్రమే తెచ్చి పెడుతుంది.

"ఇద్దరూ
పెళ్లి పడవలో కెక్కారు
ఇకనుంచి
అలలమీద సాము"

పెళ్లిని పడవతో పోల్చిన గోపి గారు పెళ్లి జీవితాన్ని అలలతో పోల్చారు. అలలతో పోల్చడానికి గల కారణం జీవితం సాఫీగా సాగదు. సముద్రమంత విశాలమైన జీవితంలో అలలనే ఆటుపోట్లు ఉంటాయి. జాగ్రత్తగా అలలపై ప్రయాణించకపోతే మింగేస్తాయి. అందుకే పెళ్లి అనే పడవను జాగ్రత్తగా ఇద్దరు అర్థం చేసుకొని నడపాలి.

"నీటిలో మంచు ముక్క
బడాయిగా తేలింది
ఎంతసేపు
గర్వం నీరౌటానికి"

మంచు ముక్క గర్వం ఉన్న మనిషి. గర్వం ఎంతసేపో నిలబడదని డబ్బు కరిగిపోగానే పూర్వ స్థితికి రావాల్సిందేనని అర్థం.

"సముద్రాన్ని చూస్తే
జాలి
ఎంతఎగిరిపడ్డా
ఉన్న చోటే కూలిపడుతుంది"

సముద్రం ఎగిరి ఎగిరి పడుతుంది కానీ ఉన్నచోటే పడుతుంది. ఎందుకూ ఉపయోగం లేని వారి స్థితిని తెలియజేశారు. అదే నది అలా కాదు నిశబ్దంగా ఉంటుంది. విశాలంగా ప్రవహించి అందరి అవసరాలు తీరుస్తుంది.

"చెరువు నీటిలో
చినుకు చినుక్కో పుష్పం
వర్షమా
నీకు నమస్కారం"

ఈ నానీ కవి ఊహా శక్తికి నిదర్శనం. చెరువులో వర్షం పడుతుంటే వచ్చే ఆకారాన్ని పుష్పంతో పోల్చారు కవి. ఉదాహరణకు ఒక గిన్నెలో నీరు తీసుకొని చుక్క చుక్క నీరు పైనుండి పోస్తే నీరు పుష్పంలాగా విచ్చుకుంటాయి. దాన్ని గమనించిన కవి ఈ విధంగా స్పందించడం జరిగింది. ఇలాంటివి ఊహా చిత్రాలు గోపి గారి నానీల రూపంలో చాలా చెప్పారు.

"నా వొళ్ళంతా
విద్యుత్తే

కాకపోతే
కవిత్వమెలా రాస్తున్నాను"

నిజమే కవి ఒంట్లో నిరంతర అక్షర విద్యుత్ ప్రవహిస్తూ ఉంటుంది. అందుకే కవిత్వం వెలుగై సమాజంపై ప్రసరిస్తుంది.

"మట్టెల చప్పుడుతో
తెలిసింది
ఆమె
దుఃఖాన్ని మోస్తోందని"

మహిళకి పెళ్లి వరం కావాలి కానీ వివక్ష, బానిసత్వం కాకూడదు. అదే విషయాన్ని నానీ రూపంలో గోపి గారు చెప్పారు. వివాహ బంధం విషయంలో మహిళలు నేటికి అనేక ఇబ్బందులు పడుతూనే ఉన్నారు. పురుషాధిక్య ప్రపంచం ఉన్నంత వరకు ఈ సమస్యలు తప్పవు. ఈ సమస్యకు పరిష్కారం చైతన్యం. చైతన్యం అక్షరంతోనే సాధ్యం. అందుకే మహిళలు బాగా చదువుకోవాలి, సమాజంపై సంపూర్ణ అవగాహన పెంచుకోవాలి. ఆ దిశగా ప్రయాణం మొదలైంది, మార్పు తప్పకుండా వస్తుంది.

మహిళ పై మరో నానీలో గోపి గారు ఇలా అన్నారు.

"ఇవాళ స్త్రీ

ఉపగ్రహం కాదు
అణచివేతపై
అక్షరాగ్రహం”

మహిళ ఉపగ్రహం కాదని చెప్పడంలో కవి ఉద్దేశాన్ని అర్థం చేసుకోవచ్చు. మహిళ పుట్టినప్పటి నుండి తండ్రి, అన్న, భర్త ఇలా అందరి వెనుకే ఉంటుంది. ఇప్పుడు అలాంటి అవసరం లేదు. ఆమె ఒక మహోత్తరమైన అక్షరాగ్రహంగా ఎదగాలంటే ఉన్నత విద్యను అభ్యసిస్తే ఎవరి మీద ఆధారపడాల్సిన అవసరం ఉండదని అర్థం.

ఈ మరో నానీలో..

“సృష్టి కావ్యానికి
ఇద్దరూ కర్తలే
కాపీరైటు మాత్రం
అతడిది”

ఈ నానీ పురుషాధిక్యత ప్రపంచాన్ని ఎత్తి చూపుతోంది. అలాంటి సమాజంపై గోపి గారి ఆక్రోశం ఈ విధంగా వచ్చింది.

“ఆమె లేచి
సూర్యుణ్ణి లేపాలి
అతణ్ణి నిద్రపుచ్చాకే

ఆమెకు విశ్రాంతి"

అని చెప్పడంలో స్త్రీ శ్రమను గుర్తించడమే. అంతటి శ్రమ చేస్తున్నా కొంతమంది పురుష పుంగవులు నువ్వు ఏమి చేస్తున్నావు ఇంట్లో ఖాళీగానే కదా ఉండేది అంటుంటారు. స్త్రీ శ్రమను గుర్తించని మగవాడు ఎప్పటికీ మనిషి కాలేడు.

"రాత్రి ఆకాశంలోని
వజ్రాలను
తెల్లారే సరికి
దొంగలించారు"

వజ్రాలు అంటే నక్షత్రాలు. ఉదయం అయ్యే సరికి నక్షత్రాలు కనపడవు అదే విషయాన్ని కవి దొంగలించారని అభిప్రాయపడ్డారు.

"ఎవరు అచ్చు
ఎవరు హల్లు అని కాదు
ఇద్దరు కలిస్తేనే
భాష"

స్త్రీ పురుషులలో నేను గొప్పంటే నేను గొప్ప అనే వాదన ఉండకూడదు ఇద్దరు కలిస్తేనే అందమైన జీవితాన్ని అనుభవించగలరు. ఇదే విషయాన్ని గోపి గారు అలా చెప్పారు.

"మేఘాలకు
చెమట పట్టదు
పడితే
మనకీ గతి పట్టదు"

మేఘాలను చెమట ఏంటి అనుకుంటున్నారా? వర్షాన్ని గోపి గారు తనదైన కవిత్వ భాషలో అలా అన్నారు.

మరో నానీలో...

"మేఘాల గుండెలు
పగులితే తప్ప
మన బతుకులు
చల్లారవు"

వర్షాలు పడకపోతే కరువు తాండవిస్తుంది. కరువు ఆకలి చావులకు దారి తీస్తుంది. అందుకే వర్షాలు రాకపోడాన్ని చలించి గోపి గారు తీవ్రమైన బాధను వ్యక్తపరిచారు.

"మాటలపైన
మౌనాన్ని ప్రయోగించు
చిత్తుగా
ఓడిపోతాయి"

మాటలు అన్ని సందర్భాల్లో మంచిది కాదు. అసూయ, అసహనం, ఏమీ చేయలేకపోవడం వల్ల

ఇతరులపై మాటల యుద్ధాన్ని ప్రకటిస్తారు. అవసరమైన చోట మాటకు సమాధానం చెప్పవచ్చు కానీ చెత్త మాటలకు, స్థాయి లేని వ్యక్తులకు మన స్థాయి దిగి జవాబు ఇవ్వడం మంచిది కాదు. మౌనమే వారి గుండెల్లో బల్లెం దించుతుంది. మౌనంగా ఉండటాన్ని చేతకానితనం అనుకునేవారు మూర్ఖులతో సమానమే. అలాంటి మూర్ఖుల పిచ్చి ప్రేలాపనకు జవాబు ఇవ్వాల్సిన అవసరం లేదు. మౌనమనే ఆయుధమే మంచిది.

గోపి గారి నానీలు తాకని అంశం లేదు. నానీలపై విమర్శ వ్యాసాలు వచ్చాయి. ఎంఫిల్, పిహెచ్‌డిలు జరుగుతున్నాయి.

మనం దినపత్రికలో

17. 06. 2019

గుండె బరువుకు 'చుట్టకుదురు' ఉండదు

పదప్రయోగాలు, భావచిత్రాలు, మెటాఫర్స్, గాఢమైన శిల్పం, విశేషమైన ఎత్తుగడ, చైతన్యాన్ని తట్టి లేపే ముగింపు. కవిత్వానికి ఇవి మాత్రమే ఉంటే సరిపోదు. కవిత్వం అంటే కవి తత్త్వం. ఒంటరిది కాదు సమూహ తత్త్వం, సమాజ తత్త్వం. సమాజంపై కవికున్న అవగాహన, సమాచారం, అర్థం చేసుకోవడం, చరిత్రను అవపోసన పట్టడం, ఇప్పుడున్న సమాజం ఎందుకిలా ఉంది? ఎలా ఉండాలని చెప్పే తత్త్వం.

ప్రతి కవికి ఒక స్వప్నం ఉండాలని రాచపాళెం గారు అంటారు. స్వప్నం అంటే వ్యక్తిగత స్వప్నం కాదు సామాజిక స్వప్నం. కవి కవిత ఎందుకు రాస్తున్నాడో తనకే తెలియకపోతే ఆ కవిత్వం కాలానికి తట్టుకొని నిలబడదు. కవి తన స్వప్నాన్ని బహిరంగపరచాలి, తన వ్యూహాన్ని కవిత్వంలో ఇమడింపచేయాలి. అప్పుడే కవిత్వం పచ్చ పచ్చగా పూస్తుంది. కవిత్వం రబ్బరు బ్యాండ్ లాగా సాగదీయకూడదు. పచ్చని మొక్కగా చిగుళ్లు పూస్తూ ఎత్తుగా ఆకాశాన్ని తాకాలి. కవిత్వంలో శబ్ద సౌందర్యం ఉండాలి కానీ శబ్ద కాలుష్యం ఉండకూడదు.

అలతి అలతి పదాలతో అనంతమైన భావాలను కవితలో చెప్పాలి. కవిత్వానికి పదాల ముడిసరుకు తక్కువగా ఉండాలి, భావాల శిల్పం విశాలంగా ఉండాలి. కవిత్వ నిర్మాణంలో రాళ్లు మాత్రమే కాదు పూలు కూడా ఉండాలి. రక్తం మాత్రమే కాదు, చెమట కూడా చిందులు వేయాలి. కవిత్వం సూర్య కిరణమై వెలుగు నింపాలి. అప్పుడప్పుడు వెన్నెలగా సేద తీర్చాలి. సముద్రంలో కలసిపోయే అక్షరాలు కాదు, సముద్రంపై నడిచే అక్షరాలు కావాలి. కొండపై కూర్చోవడం కాదు అవసరమైతే కొండకు ఎదురు నిలవాలి.

వస్తువును ఒక వైపు నుండే కవిత్వం చేయకూడదు, వస్తువు యొక్క అనేక రూపాలను కొన్ని పదాలతోనే నిర్మించాలి. కుమ్మరికి కాస్త బురద ఇస్తే, అందమైన కుండ చేసినట్టే కవి కూడా కొన్ని పదాలతోనే చిక్కటి కవితను రూపొందించాలి. సాగదీస్తూ సాధారణమైన వచనంలో విషయాన్ని, దృశ్యాన్ని యధాతథంగా రాయడం కాదు. విషయానికి కవిత్వ కళను జోడించాలి.

డా.ఎన్.గోపి గారు 2000వ సంవత్సరంలో "చుట్టకుదురు" కవితా సంపుటిని సాహిత్య లోకానికి అందించారు. పుస్తకంలో మొత్తం 32 కవితలు ఉన్నాయి. కొండపై గోపి గారు చాలా సార్లు కవిత్వం రాశారు. బహుశ గోపి గారి ఊరిలో వారి నివాసం కొండకు దగ్గరగా ఉండి ఉంటుంది. ఈ పుస్తకంలో కూడా కొండపై ఒక కవిత రాశారు.

“కొండను చూసినప్పుడల్లా
నాకు నదిని చూసినంత ఊపు వస్తుంది”

గోపి గారి కవితల్లో వస్తువు ఏదైనా సరే అమితంగా ప్రేమిస్తారు. అదే ఈ కవితలో కనపడుతుంది. వస్తువు సమాజానికి ఎలా ఉపయోగపడుతుందో విశేషంగా వర్ణించడమే కాకుండా వస్తువుతో తనకున్న స్మృతులను ఆర్తిగా ఆవిష్కరిస్తారు. అందుకే వారి కవితలు ప్రసిద్ధి చెందాయి.

ఉదాహరణకు బొంత, రొట్టె, వరద లాంటి కవితల్లో వస్తువు విశిష్టత చెప్పడమే కాకుండా వస్తువుతో ఉన్న అనుబంధాన్ని సమాజానికి ఆపాదిస్తూ చెప్పడమే గోపి గారి కవిత్వ రహస్యం. కొండ నా ఆర్తి, కొండ నా ఆస్తి, కొండ నా చిరునామా. ఈ వాక్యాలు రాయడం వెనుక కవి అభిప్రాయం వస్తువును ఆలింగనం చేసుకోవడమే.

వృద్ధాశ్రమాలపై చాలా మంది కవితలు రాశారు. అందులో గోపి గారు కూడా గొంతు కలిపారు. కని, పెంచి, పెద్ద చేసి సమస్తం పిల్లల కోసం త్యాగం చేసి ఉన్నత చదువులు చదివిస్తే పిల్లలు భారతదేశాన్ని వదిలేసి వేరే దేశాల్లో స్థిరపడుతున్నారు. అందుకే భారతదేశం పెద్ద వృద్ధాశ్రమంగా మారుతోందని వాపోయారు.

ప్రపంచంలో ఎక్కడైనా నివసించే హక్కు వ్యక్తికి ఉన్నది వాస్తవమే అయినప్పటికీ కేవలం డబ్బు సంపాదనే లక్ష్యంగా చేసుకొని వృద్ధాప్యంలో ఉన్న తల్లిదండ్రులను అనాథలుగా వదిలేసి కనీసం ఉన్నారా, పోయారా అని కూడా పట్టించుకోవడం లేదు. కొంతమంది పిల్లలు ముసలి తల్లిదండ్రులను వారు ఉన్న దేశాలకి పిలిపించుకొని వారితో పనులు చేయిస్తూ, పని మనుషులుగా కూడా చూస్తున్నారు. ఇతర దేశాల్లో స్థిరపడిన పిల్లల తల్లిదండ్రుల బాధలను వర్ణించిన గొప్ప కవిత Home for the aged.

“నింగిలో విమానం ఎగురుతుంటే
నేలపై నీడ పరిగెత్తుతుంది
ఎంత ఎగిరిన నీడ తప్పదు”

కొంతమంది డబ్బు, కీర్తి రాగానే తాము ఎక్కడి నుండి వచ్చామో తెలియకుండా ప్రవర్తిస్తుంటారు. గొప్పలు పలుకుతూ తమకంటే కింది వారిని అనేక రకాల అవమానాలకు గురి చేస్తుంటారు. పెరుగుట విరుగుటకే అనే సామెతను మరిచి విర్రవీగుతూ ఉంటారు. అలాంటి వారికి వేసిన చురకే పైవాక్యం.

విమానం మనిషి అనుకుంటే మనిషి ఎంత ఎత్తుకు ఎగిరినా, తమ నీడలు కూడ వెనుకే ఉంటాయి. నీడ అంటే చేసిన మంచి-చెడు. మనం చేసిన మంచి చెడు మన వెనుకే

ఉంటాయి. మంచి చేస్తే నీడ పచ్చ పచ్చగా చెడు చేస్తే నీడ ఎర్రగానో నల్లగానో మీ వెంటపడి గతాన్ని గుర్తు చేస్తూ ఉంటుంది.

కవి మెదడు నిరంతరం పద్యం కోసం ఆలోచిస్తూనే ఉంటుంది. నిద్రపోతున్న కలల్లో కూడా సాహిత్యానికి సంబంధించిన కలలే వస్తూ ఉంటాయి. ప్రతి క్షణం కవిత్వం కోసం ఆలోచించే కవులలో గోపి గారు మొదటి వరుసలో ఉంటారు.

క్షౌరం చేసుకోవడానికి వెళ్ళినప్పుడు

"తల మీద కత్తెర కిచ కిచ లాడుతుంటే
తలలో పద్యం రెప రెప లాడుతుంది"

అంటూ కవిత్వం రాశారు. భువన గిరి కవన గిరి దాక అంటూ ఒక సుదీర్ఘమైన కవిత రాసిన గోపి గారు తన ప్రస్థానాన్ని నెమరేసుకుంటూ వివిధ స్థలాలకు, వ్యక్తులకు కృతజ్ఞతలు చెప్పారు.

చుట్టకుదురు అంటే నేల మీద బరువులు కుదిరికగా పెట్టుకునేందుకు, నీటి బిందెల అడుగు భాగము రాపిడి వలన అరగ కుండా ఉండడానికి, కుండ వంటివి బరువుతో నేల మీద ఉంచినప్పుడు పగులకుండా ఉండడానికి, వేడి పదార్థాలు ఉన్న పిడతలు కుదురుగా నిలిచేందుకు

ఉపయోగించే సాధనము. ఇప్పటికీ మనం గమనించినట్లైతే గంపలు నెత్తి మీద పెట్టుకొని కూరగాయలు, పండ్లు అమ్ముకునే వారు వీటిని వాడుతుంటారు. పూర్వము ఎండు గడ్డిని చుట్టగా చుట్టి తయారు చేసి అమ్మే వాళ్ళు. క్రమేణ ఇవి స్టీలు ఇతర లోహాలతో చేసినవి లభ్యం ఔతున్నాయి. కుదిరికగా నిలవడానికి గుండ్రగా ఉంటాయి కనుక వీటికి చుట్టకుదురు అనే పేరు వచ్చింది.

చుట్ట కుదురు అనే శీర్షికతో రాసిన కవితలో

"గుండె బరువుకు చుట్ట కుదురు లేదు
ఎవరికి వారు మోయక తప్పదు"

ఈ వాక్యాలు అనుభవంతో రాసినవి, సమాజహితం కోసం మనకు అందించారు. ఏదైనా పని చేస్తూ ఉంటే, ఆ పనిలో ఇతరుల సహాయం తీసుకోవచ్చు. మనసు పడే బాధను, సంతోషాన్ని ఎవరితో పంచుకోలేము. మన బరువు మనం మాత్రమే మోయాలి. అదే విషయాన్ని సరికొత్త ప్రతీకతో చెప్పారు. ఈ పుస్తకంలో వాస్తవికతకు ఎక్కువగా చోట్టిచారు. ఎన్నో విషయాల అనుభవాల సారమే ఈ కవిత్వ సంపుటి.

కవి - మనిషి
కవిత - మానవత

యువ కవులకు, కొత్తగా రాసే కవులకు కవిత్వం ఎలా రాయాలి? కవిత్వం అంటే ఏమిటి? నేను రాసే కవిత్వం మంచి కవిత్వమేనా? కవిత్వానికి పద్ధతులు, నియమాలు ఉన్నాయా? కవిత్వ నిర్మాణానికి వాడాల్సిన పనిముట్లు ఏమిటి? కవిత్వంలో ఫీల్ ని ఎలా పలికించాలి? ఎమోషన్ ని ఎలా క్యారీ చేయాలి? భాషను ఎలా వాడుకోవాలి? శైలిని ఎలా ఏర్పాటు చేసుకోవాలి? పద ప్రయోగాలు, పదబంధాలు ఎలా ఉండాలి? అసలు కవిత్వం రాయడం నేర్చుకోడానికి ఏదైనా కోర్స్ ఉంటుందా? సీనియర్ కవులు రాసే కవిత్వంపై రాసే వ్యాసాల్లో ఉన్న విషయాలను తప్పనిసరిగా పాటించకపోతే మనం రాసేది కవిత్వం కాకుండా పోతుందా? కవిత్వంలో మన సొంత గొంతు ఎలా వెతుక్కోవాలి? లాంటి అనేక అనుమానాలు ఉక్కిరిబిక్కిరి చేస్తూ ఉంటాయి.

మొదట ఒకటి గుర్తు పెట్టుకోండి కవిత్వం ఇలానే రాయాలని చెప్పిన వారు లేరు. ఒక వేల చెప్పి ఉంటే అనుసరించాల్సిన అవసరం లేదు.

కవిత్వం రాయడానికి పద్ధతులు లేవు. మనసుకు తాకిన సందర్భాన్ని సూటిగా కాకుండా సృజనను జోడించి సహేతుకమైన ఊహకు, వాస్తవ సంఘటనను, సొంత అనుభవాలను, చూసిన విషయాలను కవిత్వంగా రాస్తూ ఉంటారు. మరోవైపు సమాజాన్ని మార్చడానికి చేయవలసిన విషయాలను, మార్పులను కవి తన స్వప్నాన్ని కవిత్వంగా మలుస్తూ ఉంటాడు. సామాజిక స్వప్నం, సామాజిక దృక్పథంతో కవి తన రచనలు చేస్తూ ఉంటాడు. ఆ సామాజిక దృక్పథమే కవి యొక్క దిశను తెలియపరుస్తూ ఉంటుంది.

కవిత్వంలో భావ గాఢత, సాంద్రత ఉండాలి. కవిత్వ నిర్మాణంలో వాడే ప్రతీకలు, ఉపమానాలు, రూపకాలు, మెటాఫర్స్ లాంటివి కవిత్వానికి చిక్కదనాన్ని ఇస్తాయి. ఒక విషయాన్ని చెప్పాలనుకున్నప్పుడు డైరెక్ట్ గా కాకుండా అవసరమైన ప్రతీకలు వాడటం చేత కవిత్వం పచ్చగా ఉంటుంది.

కవిత్వంలో వాడే భాష కూడా ప్రధానమైనది. కవిత్వానికి వాడే భాష సరళంగా ఉండాలి. రాచపాళెం గారు ఒక వ్యాసంలో ఇలా అన్నారు. కవిత్వం చిక్కని, పచ్చని చెట్ల మధ్య నడుస్తున్నట్లు ఉండాలి, ఎండిపోయిన చెట్ల మధ్య తిరుగుతున్నట్లు ఉండకూడదు. పచ్చని భాష వాడాలి కానీ అసహ్యంగా, ఎక్కువగా బూతు పదాలను, నర్మగర్భమైన

వికృత భావాలను వాడటం చేత కవిత్వం చచ్చిపోతుంది. వస్తువును, ఎమోషన్, ఫీల్ ని బట్టి భాష మారుతూ ఉండాలి.

ఉదాహరణకు సెంటిమెంటల్ కవిత్వం రాసేటప్పుడు "అమ్మా నా గుండెను ముక్కలు ముక్కలుగా చేశారు" అనే దాని కంటే "అమ్మా నా మనసు తడిలేని ఎడారిలా మార్చారు" పదాల మార్పుతో అనంతమైన భావాన్ని, ఎమోషన్ ని కవిత్వం ద్వారా పలికించవచ్చు.

మొదట్లో కవిత్వం రాసేటప్పుడు మనకు ఇష్టమున్న కవుల తాలూకు ఛాయలు మనలో ఎక్కువగా కనపడతాయి. ఇది సహజం కానీ దాని నుండి వేరు పడి సొంత గొంతును వెతుక్కున్నప్పుడే మనకంటూ ఒక శైలి నిర్మాణం అవుతుంది. ఎక్కువగా ఒకే కవిని కాకుండా అనేకమంది కవులను చదవడం & ఒకే కవి యొక్క పూర్తి కవిత్వాన్ని చదవడం వల్ల కవిత్వంలో మార్పులు వస్తాయి.

కవిత్వంలో ధ్వని చాలా ముఖ్యమైనది. ధ్వని వస్తువు యొక్క ప్రాముఖ్యతను, కవి ఆగ్రహాన్ని, ఆవేదనను తెలియ పరుస్తుంది. ధ్వని ఉండటం చేత కవిత్వానికి సహజత్వం లభిస్తుంది. శబ్దం ద్వారా, అలంకారాల ద్వారా, వర్ణనల ద్వారా, కథా కథనం ద్వారా ధ్వనిని కవిత్వంలో పలికించవచ్చు. గోపి గారి కవిత్వంలో ధ్వని ఎక్కువగా కనపడుతుంది. ఇదే విషయాన్ని కుందుర్తి గారు గోపి గారి

మొదటి పుస్తకం తంగేడుపూలు ముందుమాటలో ప్రస్తావించారు.

గోపి గారి మొదటి పుస్తకం నుండి వారి కవిత్వంలో ధ్వని వినపడుతుంది. ఆకులు చప్పుడు విన్నా అంటారు, సముద్రపు గుండె లయను చూసాను, భళ్ళున నీటి బిందువు పగిలింది, ఇలా అనేక చోట్ల అనేక రకాలుగా గోపి గారు తన కవిత్వంలో ధ్వనిని ఉపయోగించారు. ఎండపొడ పేరుతో 2002లో వారి కవిత్వ సంపుటిని సాహిత్య ప్రపంచానికి అందించారు. పుస్తకంలో మొత్తం 34 కవితలు ఉన్నాయి.

పల్లెల్లో ఇంటి ముందు అరుగులు ఉండేవి. అరుగులపై కూర్చొని పిచ్చాపాటి చేయడం ఒకరి బాగోగులు మరొకరు తెలుసుకోవడమే కాకుండా ఊర్లో జరిగే కొత్త కొత్త విషయాలపై చర్చలు చేసేవారు. అరుగును వస్తువుగా తీసుకొని కవిత్వం రాశారు.

"లోకంలో ఈదీ ఈదీ
రెక్కలు నొప్పి పుట్టినప్పుడు
నేను అరుగు మీదికి విశ్రాంతికి వెళ్తాను"

లోకంలో ఈదీ అంటే కష్టపడిన తర్వాత దేహం అలసిపోతే అరుగు పైకి సేద తీరడానికి వెళ్తాను. సాధారణంగా అరుగులు చెట్ల కింద ఎక్కువగా ఉంటాయి. చెట్ల కింద స్వచ్ఛమైన గాలిని పిలుస్తూ విశ్రాంతి తీసుకుంటే

ఈరోజు మనం అనుభవిస్తున్న పరుపులు, ఏసీలు పనికి రావు. నాకంటే ఓ బెత్తెడు ఎత్తుగానే ఉంది అరుగు అంటూ కవితను ముగించారు.

దీని అర్థం మనం ఎక్కడున్నా, ఎంతెత్తు ఎదిగినా మనకి సంతోషాన్ని, సుఖాన్ని ఇచ్చిన వస్తువులను మర్చిపోకూడదు. వాటి విలువ ముందు మన హోదాలు పని చేయవు. డబ్బు ఉంటే ఇంట్లో సెంట్రల్ ఏసీ పెట్టించుకోవచ్చు కానీ అరుగు మాత్రం కట్టించుకోలేము.

ప్రతి రోజు భోజనం చేసేటప్పుడు ఎన్నో అన్నపు మెతుకులు మన చేతి నుండి జారిపోతూ ఉంటాయి. ఆ దృశ్యాన్ని కవిత్వంగా రాసిన తీరు కవిత్వ దృష్టిని పతాక స్థాయికి చేర్చిన కవిత. ఒక్క అన్నం మెతుకు వృధా చేయకూడదని చెప్పడానికి చేతి నుండి జారిపోయిన మెతుకు తన నిర్మాణాన్ని హృదయవిదారకంగా చెప్తూ ఉంటే ఇంకెప్పుడు ఒక్క మెతుకు కూడా వృధా చేయకూడదు అనిపిస్తుంది.

మెతుకు కింద పడుతున్నప్పుడు దాని ఆర్తనాదాన్ని విన్నాను అన్నారు. అన్నం పర బ్రహ్మ స్వరూపం అన్నము కానీ మెతుకుకు జీవం ఉంటుంది. తనని తాను త్యాగం చేసుకుంటూ మన కడుపును నింపుతోంది అలాంటి మెతుకును మనం గౌరవించాలి. కళ్ళకు అద్దుకొని తినాలి.

ప్రాణశక్తిగా మార్చే మెతుకును వృధా చేయకూడదనే సందేశాన్ని మెతుకు కవిత నుండి మనకు అందించారు. వాస్తవానికి గోపి గారి బొంత, రొట్టె లాంటి కవితల సరసన ఈ కవిత కూడా ఉంటుంది.

“వానా!
సముద్రాల నుంచి
ఆకాశాల కెక్కానని గర్వమొద్దు
నీ పతనం భూమ్మీదే”

వాన ప్రతీక మాత్రమే. ఇక్కడ వాన అంటే మనిషి, సముద్రం అంటే భూగోళం. భూగోళం నుండి అంచలు అంచలుగా మనిషి ఎదుగుతాడు. ఎదిగిన తర్వాత గర్వం, పొగరు, అహం లాంటివి పెరిగిపోతాయి. ఎంతెత్తు ఎదిగినా మన శరీరం భూమిలో కలవాల్సిందే.

అదే విషయాన్ని గోపి గారు చెప్పారు. అలాగే ఎయిర్ పోర్ట్ లో కార్పొరేట్ నవ్వుల గురించి చెప్పి అలాంటి నవ్వులు మనసులను తాకవని చెప్తారు. నవ్వు స్వచ్ఛతకు ప్రతీక అలాంటి నవ్వును సైతం వ్యాపారం చేసింది ఈ కార్పొరేట్ మాయాజాలం. నవ్వు సహజంగా రావాలి కానీ రాని నవ్వును ముక్కి ముక్కి నవ్వే దుస్థితి వచ్చింది. విమానం పైకి ఎగిరే సందర్భాన్ని ఇలా అన్నారు

"నేలతల్లి కొంగును వదిలి పైకి లేచినప్పుడు"

భూమిని తల్లిగా భావిస్తాము. అలాంటి భూమిని వదిలి గగనానికి వెళ్ళే సమయంలో గోపి గారు తల్లి కొంగుతో పోలుస్తారు. అదే కాకుండా ఎవరికైనా తమ స్వంత దేశం తల్లితో సమానం దేశాన్ని వదిలి వెళ్తున్న సందర్భంలో ఇలా వాడారు గోపి గారు.

గోపి గారు కవిత్వం గురించి వారి సమగ్ర కవిత్వంలో చాలా చోట్ల కవిత్వం ఎలా ఉండాలో, కవిత్వాన్ని డిఫైన్ చేసే ప్రయత్నం చేశారు. ఈ పుస్తకంలో

"దగ్ధమయ్యే అహంలోంచి లేచే
వెలుగు రవ్వ కవిత్వం"

అన్నారు. కవిలో ఉన్న అహం దగ్ధమయితేనే చిక్కని కవిత్వం, భయం లేని కవిత్వం, పోరాట కవిత్వం, ప్రశ్నించే కవిత్వం, విప్లవ కవిత్వం పుడుతుంది. కవి కొవ్వొత్తి లాంటి వాడు తాను కరుగుతూ తన కవిత్వ దీపాలతో ప్రపంచాన్ని వెలిగిస్తాడు.

కవి గురించి చెప్తూ...

"కవి కావటంలో సుఖం లేదు
అది నిత్యారుణమైన గుండెకోత"

కవికి సుఖం ఉండదు అంటే కవి తన కవిత్వంతో సుఖంగా లేడని కాదు. కవి నిరంతరం ఆలోచిస్తూ ఉంటాడని అర్థం. లోకంలో జరిగే ప్రతి విషయం కవి గుండెను కోతకు గురి చేస్తుంది. లోకానందమే కవి ఆనందం, లోక బాధలే కవి బాధలు.

కవి మనిషి, కవితా మానవత అని మరో కవితలో అన్నారు. కవి కూడా సాధారణమైన మనిషే తాను రాసే కవిత్వంలో మాత్రం మానవత్వం ఉంటుంది, ఉండాలి. కవి కన్నా కవిత గొప్పదని కవికి మరణం ఉందని, కవి రాసిన కవిత్వానికి మరణం లేదని, వాస్తవాన్ని చెప్పడం జరిగింది.

నీటి గుండెపై
కవిత్వ గీతిక 'జలగీతం'

"సైన్స్, టెక్నాలజీలే నేటి నీటి అవసరాలను తీర్చలేవు. నాయకత్వం, విధానాలు, సామాజిక బాధ్యతతో అందరూ ప్రయత్నిస్తేనే ఫలితం ఉంటుంది"- రాజేందర్ సింగ్

రాజేంద్ర సింగ్ ఉత్తరప్రదేశ్‌లో మీరట్ కు సమీపంలో గల బాగ్‌పత్ జిల్లాలోని దౌలా గ్రామంలో 1959 ఆగస్టు 6న జన్మించారు. నీటి పరిరక్షకుడు, సంఘసేవకుడు. వీరిని "వాటర్‌మ్యాన్ ఆఫ్ ఇండియా" గా పిలుస్తారు. ప్రభుత్వేతర సంస్థ "తరుణ్ భారత్ సంఘ్"ను 1975లో స్థాపించారు. రాజస్థాన్ లో మంచి నీటి నిర్వహణలో విశేష కృషి చేసినందుకు గాను 2001లో రామన్ మెగసెసే పురస్కారాన్ని అందుకున్నారు.

గ్రామాల్లో అక్కడక్కడా వర్షపు నీటిని ఒడిసిపట్టే చిన్నపాటి చెక్-డ్యాంలు, స్టోరేజ్ ట్యాంక్‌లను నిర్మాణం చేశారు. ఒకప్పుడు ఎండిపోయిన బావులు కూడా రాజేంద్ర సింగ్ చొరవతో నిండిపోయాయి. ఇప్పుడు కేవలం 15 అడుగుల లోతులోనే ఆయా గ్రామాలకు నీళ్లు లభిస్తున్నాయి.

ఇలా దాదాపు వేయి గ్రామాలకు ఆయన నీరందించగలిగారు. ఆ తర్వాత ఓ పార్క్ నిర్వహణ బాధ్యతను అటవీ అధికారుల నుంచి తీసుకున్నాడు. దానికి అవసరమైన నీటి వనరుల కోసం సమీపంలో ఉన్న నదులన్నింటినీ వర్షపు నీటిని నిల్వ చేసేందుకు చెక్-డ్యాంలు, స్టోరేజ్ ట్యాంక్‌ల నిర్మాణం చేపట్టారు. దీంతో 4 ఏళ్ల కాలంలోనే నదులన్నీ తిరిగి ప్రవహించడం మొదలు పెట్టాయి. ఇలా ఆయన 5 నదులకు తిరిగి జీవం పోశారు.

రాజేందర్ సింగ్ ని స్ఫూర్తిగా తీసుకొని డా.ఎన్.గోపి గారు 2002లో రాసిన దీర్ఘకావ్యం జలగీతం. నీటిపై వచ్చిన తొలి తెలుగు దీర్ఘకావ్యం అయ్యుండచ్చు. గోపి గారు చిన్నప్పుడు నీటి కోసం సుదూరంగా నడిచి వెళ్లి నీరు తెచ్చుకునేవారు. ఇప్పటికీ భారతదేశంలో చాలా చోట్ల ఇదే పరిస్థితి ఉన్నది. వాస్తవానికి నీటి కొరత దినదినం పెరిగిపోతోంది. మానవుడు ప్రకృతిని నాశనం చేయడం ద్వారా సరైన వర్షపాతం నమోదు కావడం లేదు. భూమిలో నీరు ప్రతి ఏడాది అడుగంటి పోతున్నాయి.

ప్రకృతిలో సహజంగా దొరకాల్సిన నీటిని డబ్బు పెట్టి కొనే స్థితికి తెచ్చారు. ఈ పరిస్థితి ఇదే విధంగా కొనసాగితే నీటి యుద్ధాలు విస్తృతమౌతాయి. ఇప్పటికే ఆంధ్ర తెలంగాణా, కర్ణాటక తమిళనాడు, మహారాష్ట్ర, తెలంగాణ ఇలా చాలా రాష్ట్రాలకు నీటి వివాదాలు జరుగుతూనే ఉన్నాయి. అందుకే

సాహిత్యవేత్తలు నీటి విలువను, నీటి ఆవశ్యకతను, నీటి పొదుపును తెలియజేయాల్సిన అవసరం ఉన్నది. అందులో భాగంగానే ఈ జలగీతం కావ్యాన్ని గోపి గారు మన ముందుకు తెచ్చారు. మొత్తం 27 ఖండికలు ఉన్న దీర్ఘ కావ్యంలో ఎన్నో అంశాలను చర్చించారు.

"నువ్వు స్పృశించగానే
వసుంధర నిత్యబాలింతగా మారింది"

ఇక్కడ నువ్వు అంటే నీటి చినుకు, నిత్య బాలింత అని సంబోధించినది పుడమి గురించి. వర్షపు చినుకు భూమిని ముద్దాడిన సన్నివేశాన్ని గోపి గారు పైవిధంగా స్పందించారు. కవిత్వంలో వస్తువు ప్రకృతి అయినప్పుడు వస్తువును మానవీకరణ చేయాలి. అదే సూత్రాన్ని గోపి గారు పాటించారు.

మనిషి నాగరికుడు కాడానికి ప్రధాన కారణం నది. ఆ నది దగ్గర నుండే సంస్కృతి రూపం దాల్చింది. ఏ నాగరికత అయిన నది పరిసర ప్రాంతాల్లోనే అభివృద్ధి జరిగింది. అటువంటి నదిని "కాల ప్రవాహానికి దృశ్య రూపం కదా నది" అని నీటికి మానవుడికి ఉన్న దృశ్యాన్ని ఆవిష్కరించారు. నీటిని సంస్కృతిని, నీటిని చరిత్రను తెలియజేస్తూ కావ్యం మొదలౌతుంది. నీరు, సముద్రం, మేఘం ఇవే మానవ జీవితాన్ని ఇంకా సస్యశ్యామలం చేస్తున్నాయి.

"కడలికి పుట్టిన వెచ్చని బిడ్డలు మేఘాలు"

సముద్రానికి పుట్టిన బిడ్డలే మేఘాలని చెప్పడం వెనుక గోపి గారి ఉద్దేశం మేఘాలు సముద్రం నుండి నీటిని స్వీకరిస్తాయి. సాధారణంగా మానవుడు సముద్రాన్ని పురుష సంకేతంతో పోలుస్తూ ఉంటాడు. రామాయణంలో కూడా సముద్రుడి ప్రస్తావన ఉన్నది. సాధారణంగా నదులు స్త్రీలకు ప్రతీకగా వాడి సముద్రాన్ని పురుష సంకేతంతో వాడడం జరుగుతూనే ఉన్నది.

నేటికి చాలామంది కవులు సముద్రాన్ని పురుష ప్రతీకగానే వాడుతున్నారు. అలాంటి సముద్రంలోని మాతృత్వాన్ని గుర్తించిన గొప్ప కవి గోపి గారు. సముద్రం తల్లి, మేఘాలు బిడ్డలు సముద్రం నుండి నీటి పాలను తాగి పుడమికి దానం, త్యాగం చేస్తాయి. తద్వారా భూమిపై నివసించే సకల జీవరాశులు మనుగడ సాగిస్తాయి. ఇదే విషయాన్ని ఒక వాక్యంలో గోపి గారు సరికొత్త ప్రతీకతో చెప్పడం జరిగింది.

ఆకాశం పెంచిన అమ్మాయిలు ఈ మేఘాలని సరికొత్త ప్రయోగం చేసిన గోపి గారి దృష్టి కోణాన్ని తప్పకుండా గమనించాలి. మొదటి నుండి గోపి గారు ప్రతి వస్తువును పరిశీలనగా చూస్తారు. వస్తువును మానవీకరణ చేయడంలో విజయం సాధించారు. వస్తువు ఏదైనా మానవులతో ఎలా

ముడిపడి ఉందో చక్కని ప్రతీకలు, ఉపమానాలతో మనకు అందిస్తూనే ఉన్నారు. ప్రపంచంలో రెండు శాతం నీరు మంచు రూపంలో ఉన్నది. అలాంటి మంచు గురించి

"ఎంత సుందరమైనది మంచు
ఇంకా పసుపు పూయని తెల్లని బంగారమూ
ఎన్ని ముఖాలో నీటికి
నీటికి మరణం లేదు"

నీటికి మరణం లేదు, పైగా జీవరాశులు బ్రతికి బట్ట కట్టడానికి కారణం నీరు. అటువంటి నీటికి మరణం రాకూడదు. మరణం వస్తే మనిషి మనుగడకు మరణం శాశ్వతంగా వచ్చిందని అర్థం.

నీటికి ఎన్ని ముఖాలో?! నీరు ద్రవ పదార్ధంగా ఉండగలవు, ఘన పదార్థంగా ఉండగలవు. ఇదే విషయాన్ని గోపి గారు చెప్పడం జరిగింది.

"ఎండకు తాళలేక
పుడమి తల్లి కప్పుకున్న తుషార వస్త్రం"

పుడమి తల్లి కప్పుకున్న తుషార అంటే మల్లె, చంద్రుడు వలే తెల్లని వస్త్రం అని అర్థం. పుస్తకం నిండా గోపి గారు వాడిన ప్రతీకలు, పోలికలు, ఉపమానాలు, చక్కని ఊహలు కోకొల్లలుగా ఉన్నాయి. మంచు ఎంత చల్లగా

ఉంటుందో, కోపం వస్తే ఉగ్రరూపం దాలుస్తుందని కావున మంచును జాగ్రత్తగా ఉంచవలసిన అవసరం ఉన్నదన్నారు.

పంచభూతాలు స్నేహితులు అయితే

"నీరు సేతువు
భూమికి పురుడు పోసింది నీరే"

నీటి నుండి భూమి పుట్టిందని అటు పురాణాలు, ఇటు చరిత్ర ద్వారా తెలుస్తూనే ఉన్నది. అదే విషయాన్ని గోపి గారు పైవిధంగా స్పందించారు. అదే విధంగా ముందు నీటికి ఎన్ని ముఖాలో అన్న గోపి గారు ఆ వాక్యాన్ని వివరణ చేస్తూ నీరు మానవుడిలో ఇమిడి ఉన్నదని, అసలు మనిషి దేశంలో ఉన్నది నీరే కదా! నీరు లేని మనిషి ఎలా జీవించగలడు? లాంటి ఎన్నో విషయాల గురించి నీటి ప్రాముఖ్యతను కవిత్వం చేశారు.

మనిషి తన అవసరాల కోసం అడుగడుగునా నీటిని, భూమిని, గాలిని, ఆకాశాన్ని సమస్త ప్రకృతిని నాశనం చేస్తూనే ఉన్నాడు. ఒక విషయం మాత్రం గుర్తించలేక పోతున్నాడు. త్యాగం, ప్రేమ, జీవరాశి మనుగడకు కారణమైన నీటిని సైతం కంటనీరు పెట్టించే స్థితికి మనిషి దిగజారిపోయాడు.

నీటిని కాలుష్య ఊబిలో నెట్టింది మనిషే, అదే నీటితో వ్యాపారం చేస్తున్నది మనిషే. ఇక్కడ గోపి గారు ఒక ప్రశ్న వేశారు. ప్రకృతిలో ఉన్న సహజ వనరులను ఒక వర్గం ప్రజలు దోచుకొని మరో వర్గాన్ని దోచుకుంటున్నారు. పంచభూతాలపై అందరికి హక్కు ఉంటుంది, హక్కుతో పాటు బాధ్యత కూడా ఉంటుంది. హక్కులు ఒక వర్గం తీసుకొని బాధ్యత మరో వర్గంపై నెట్టేస్తున్నారు. కాలుష్యానికి కారణం దోపిడీ వర్గానిదే కానీ శ్రామిక వర్గాన్ని నిందితులుగా చూపిస్తున్నారు. అందుకే గోపి గారు నీటిపై మీ పెత్తనం ఏంటని కవితావేశం ప్రకటించారు.

తుఫానులు, సునామీలు వల్ల జన జీవనం అతలాకుతలం అవుతూందని బాధపడతారు. దీనికి కారణం మనమేనని ఆవేదన చెందుతారు. ప్రకృతిని ప్రేమించమని, గాలికి, నీటికి మధ్య ఉన్న సఖ్యత గురించి కీర్తిస్తారు. వారిద్దరూ కలిస్తే మనిషిని నాశనం చేస్తాయని హెచ్చరిస్తారు.

కావ్యం నీటి సంస్కృతిని గురించి తెలియజేస్తూ మొదలై నీటి విలువ, నీటి పొదుపు యొక్క ఆవశ్యకత చెప్పి, నీటి వల్ల జరిగే దుష్ఫలితాలు చర్చించి, నీటిని కాపాడుకోవాలని గట్టిగా కేక వేసి చెప్పారు. నదుల కాలుష్యం, నదిని మనిషి ఎలా మింగేస్తున్నాడో? చెప్పి ఆక్రోశిస్తారు. ఫ్లోరోసిస్ బాధితుల గురించి దిగులు చెందుతారు. నీటిని అనేక రూపాల్లో చూపించి చివరి ఖండికలో నీరు మనిషితో

మాట్లాడుతున్నట్టు సుదీర్ఘంగా రాశారు. అందులో నీరు తన బాధలను, కష్టాలను బాధతో, ఆక్రోశంతో, ఆర్ధతతో, హెచ్చరికతో, కోపంతో, అలకతో వర్ణించిన తీరు హృదయాన్ని కరిగిస్తుంది.

సాధారణ మానవుడి కంటే కవికి సామాజిక బాధ్యత ఎక్కువగా ఉంటుంది. ఆ సామాజిక స్పృహ మొదటి నుండి మెండుగా ఉన్న కవి డా.ఎన్. గోపి గారు. అందుకే ఈ జలగీతం మన తెలుగు సాహిత్యానికి అందించారు. ఈ పుస్తకం చదివి ఒక్క నీటి బొట్టును పొదుపు చేసిన జలగీతం విజయం సాధించినట్టే.

ఆదాబ్ హైదరాబాద్ దినపత్రికలో
08. 07. 2019

గోపి యాత్రా కవిత్వం

ఒక వ్యక్తి తాను ఉన్న చోటు నుండి కొత్త ప్రదేశాలను సందర్శించడానికి వెళ్లడాన్ని యాత్ర అంటారు. నేడు యాత్ర అనడం కంటే టూర్ అంటేనే అందరికీ బాగా తెలుస్తుంది అనుకుంటాను. దైవ యాత్రలు, విహార యాత్రలు, విజ్ఞాన యాత్రలు, ఉల్లాసమైన యాత్రలు ఇలా యాత్రలు చాలా రకాలు. పిల్లలను ఎక్కువగా విజ్ఞాన యాత్రలకు తీసుకెళ్లాలి తద్వారా వారికి ప్రత్యక్ష విజ్ఞానం లభిస్తుంది. చారిత్రాత్మకమైన కట్టడాలు, విజ్ఞానాన్ని అందించే ప్రదేశాలు చూపించడం ద్వారా వాస్తవాన్ని గ్రహించగలుగుతారు.

యువత ఉల్లాసకరమైన యాత్రలు చేయడం ద్వారా నూతన ఉత్తేజాన్ని పొందగలరు. వృద్ధులు సాధారణంగా ఎక్కువగా భక్తి యాత్రలు చేస్తూ ఉంటారు. హిందువులు కాశి, ముస్లిములు మక్కా, క్రైస్తవులు జెరూసలెం లాంటి యాత్రలు చేయడం మనం గమనించే ఉంటాము. ఇప్పుడు మనం మాట్లడుకోవాల్సింది సాహిత్య యాత్ర గురించి. అవును ఒక సాహిత్యవేత్త యాత్ర చేస్తే అది సాహిత్య యాత్ర అవుతుంది. తెలుగు సాహిత్యంలో యాత్రా సాహిత్యానికి మంచి ఆదరణ ఉన్నది.

యాత్రా సాహిత్యంలో వల్ల తమ అనుభవాలను, అనుభూతులను, తెలుసుకున్న విశేషాలను క్రోడీకరిస్తూ, ఆయా ప్రాంతాల చరిత్రను, ప్రత్యేకతలను వివరిస్తూ గ్రంథాలను వెలువరించారు. ఈ యాత్రా సాహిత్యం వలన పాఠకులకు ఆయా ప్రాంతాల విశేషాలు, అక్కడి ప్రజల సాంఘిక, సాంస్కృతిక జీవన పరిస్థితులు తెలుసుకునే అవకాశం ఏర్పడుతుంది. ఆయా ప్రాంతాలను దర్శించే వారికి ఈ పుస్తకాలు మార్గదర్శకమౌతాయి.

ప్రదేశం ఒక్కటే అయినప్పటికీ మనం చూసే విధానం మనిషి మనిషికి మారుతూ ఉంటుంది. సహజంగా సాహిత్యవేత్తలు పరిశీలనగా చూస్తారు. మన తెలుగు సాహిత్యవేత్తలు సందర్శించిన ప్రదేశాలను తమ సాహిత్యంలో అందంగా శిల్పీకరించి మనకు అందించారు.

మన తెలుగు సాహిత్యంలో చాలా మంది సాహిత్యవేత్తలు యాత్రా సాహిత్యాన్ని తెలుగు ప్రజలకు అందించారు. చెళ్ళపిళ్ళ వేంకట శాస్త్రి, ఆవంత్స సోమసుందర్, అడవి బాపిరాజు, మాలతి చందూర్, శ్రీశ్రీ, సినారె, రావూరి భరద్వాజ, యండ్లూరి సుధాకర్, శాంతి నారాయణ ఇలా చెప్పుకుంటూ పోతే చాలా పెద్ద లిస్టు ఉన్నది. అదే కోవలో తెలుగు కవిత్వ దిగ్గజ కవి డా. ఎన్. గోపి గారు కూడా మరో ఆకాశం, గోవాలో సముద్రం, చైనా పద్యాలు

పేరుతో మూడు యాత్ర కవిత్వ పుస్తకాలను తెలుగు సాహిత్య లోకానికి అందించారు.

మరో ఆకాశం పుస్తకం గోపి గారు ఇంగ్లాండు ప్రయాణం చేసినప్పుడు అక్కడి ప్రదేశాలు, స్థితిగతులపై రాసిన 24 కవితలు పుస్తకంలో ఉన్నాయి. 2008లో గోవా వెళ్లినప్పుడు మరో 19 కవితలు రాశారు. 2019లో 100 చిన్ని కవితలు కొన్ని గంటల వ్యవధిలోనే రాశారు. ఈ కవితల్లో చైనా ప్రయాణం చేసిన తర్వాత రాసినవి. వాస్తవానికి గోపి గారి సాహిత్య జీవితంలో ఎక్కువగా వారి సాహిత్యాన్ని యాత్ర చేస్తూనప్పుడు రాసినవే ఎక్కువగా ఉంటాయి.

సాహిత్య పరంగా గోపి గారి యాత్ర సుదీర్ఘమైనది, పొడవైనది, విశేషమైనది. మరో ఆకాశం 2004లో తెలుగు సాహిత్యానికి అందించిన వారు, గోవాలో సముద్రం కవిత్వ సంపుటిని 2008లో వచ్చింది. ఆ తర్వాత 2019లో చైనా పద్యాలు ఆవిష్కరణ చేశారు.

ఇంగ్లాండులోని ఐరాన్ బ్రిడ్జిని సందర్శించిన గోపి గారు ఇలా అన్నారు.

"పేరుకే ఇనుప వంతెన
నిజానికిది
సవర్న్ నది అలల కురులను
అంతెత్తు నుంచి సవరించే దువ్వెన"

కవి ప్రదేశాన్ని చూసినప్పుడు సరికొత్త దృశ్యంలో పాఠకులకి అందివ్వాలి. ఇక్కడ గోపి గారు చేసింది కూడా అదే. అలలను కురులతో, వంతెనను దువ్వెనతో పోల్చి సరికొత్త దృశ్యానికి ప్రాణం పోశారు. ఇది కవి సృజనాత్మకతకు నిదర్శనం.

గోపి గారు పల్లె కవి, ప్రాంతీయ కవి. విదేశాల్లో ఉన్నప్పటికీ తన ప్రతీకలను దాదాపుగా తెలుగు వారి జీవితాలకు అనుగుణంగానే కవిత్వం చేశారు. యాత్ర సాహిత్యం రెండు ప్రదేశాల ప్రజలకు సంబంధించినదై ఉంటుంది.

ఒకటి కవి ఒక ప్రదేశానికి చెందినవాడు, చూసేది మరో ప్రదేశం అంటే కవి చూసిన ప్రదేశాలను తన సొంత ప్రజలకు సులభంగా అర్థం చేసుకోగలగాలి. కవి సందర్శించిన ప్రదేశానికి చెందిన ప్రజలు ఆ ప్రదేశాలను అప్పటికీ చూసే ఉంటారు కనుక వారికి కొత్తగా చూపించాలి. ఇందులో గోపి గారు సఫలమయ్యారు.

గోపి గారు అక్కడి జీరో డిగ్రీల చలిని ఇలా అభివర్ణించారు.

"రాజకీయాలు కూడా వేడెక్కించలేని చలి"

ఎక్కువగా వార్త చానల్స్ వారు ఈ సంఘటనతో రాజకీయం వేడెక్కిందని అంటూ ఉంటారు. అంటే ఊహించని పరిణామం జరిగినప్పుడు ఎక్కువగా వాడుతుంటారు. ఇక్కడ గోపి గారు ఆ వాక్యాన్ని వాడటానికి కారణం ఎంతటి పరిణామాలు జరిగిన ఇక్కడి వాతావరణం మాత్రం మారదు చలిగానే ఉంటుందని చెప్పడమే. చలి ఎలా ఉన్నదో ఎత్తుగడలో చెప్పిన గోపి గారు ముగింపులో

"ఈ చలి నన్నేం చేస్తుంది
వింధ్య పర్వతాల నుండి
కిరణాలను ఎక్కుపెట్టాను
కరిగిపోయింది ఉపరితలం
నిలిచి కురిసింది జ్ఞాన జాలం"

ఈ వాక్యాన్ని బట్టి అక్కడ సూర్యోదయం మొదలైందని తెలుసుకోవచ్చు. అలాగే తనలో జ్ఞానజలం కురిసింది.. అదే ఈ పద్యం. యాత్ర సాహిత్యంలో ఎక్కువగా దృశ్యాలను, అక్కడి ప్రముఖ ప్రదేశాలను సాహిత్యంలో రాస్తూ ఉంటారు. గోపి గారు కూడా చూసిన ప్రదేశాలతో పాటు, అక్కడ తనకు ఆతిథ్యం ఇచ్చిన వ్యక్తులపై కూడా కవిత్వాన్ని రాశారు. వారిపై కవి సహృదయత ప్రకటించడమే.

చలి గురించి మరో కవితలో

"అతను చలికి వొణుకుతున్నాడు,
నా పద్యాల దుప్పటి కప్పనా!"

అని రాశారు. దీని ఉద్దేశం కవిత్వంలో ఉన్నప్పుడు చలి, ఎండ, గాలి, వాన ఇలా ఏదీ అధికంగా ఉన్నాయని అనిపించదు. వాస్తవానికి అక్షరాలు తోడూ ఉన్నవారికి అసౌకర్యంగా అనిపించదు.

"హఠాత్తుగా కిందికి దిగుతున్న మబ్బుల్ని
మునివేళ్ళతో పట్టి అపాల్సిందే"

ఎత్తైన ప్రదేశాలకు వెళ్తే మబ్బులను మనం ఆస్వాదించవచ్చు, మన దక్షిణ భారతదేశంలో ఊటి, కొడైకెనాల్ లో ఈ దృశ్యాలను చూడవచ్చు. ఇంగ్లాండులో గోపి గారు మబ్బులు కిందికి రావడాన్ని చూసి వాటిని పట్టుకుంటూ తన్మయత్వానికి లోనై రాసిన వాక్యలవి.

అక్కడి ఆహార పదార్థాల మీద కూడా తన కవిత్వాన్ని రాశారు. సాధారణంగా గోపి గారు రాసినన్ని వస్తువులపై మరే ఇతర తెలుగు కవి కవిత్వాన్ని రాయలేదేమో. ప్రతి వస్తువుపై కవిత్వాన్ని రాసిన కవి గోపి గారే. ఎన్ని వస్తువులపై కవిత్వం రాసిన శిల్పాన్ని ఎక్కడా వదిలిపెట్టలేదు, వస్తువును సామాజీకరణ చేయడంలో గోపి గారు దిట్ట. వాటికి ఉదాహరణలు గోపి గారి కవిత్వంలో కోకొల్లలుగా ఉన్నాయి.

రొట్టె, బొంత, తువ్వాల, పిన్నీసు ఇలాంటి కవితలే గోపి గారిని సాధారణ పాఠకుడికి చెరువ చేశాయి. గొప్ప కవి, మహా కవి అంటే ఎక్కువగా రాయడం, అర్థం కానీ శిల్పంలో రాయడం కాదు. సామాన్యమైన ప్రజలకు మన కవిత్వం అందేలా చేయడమే. ఈ విషయంలో గోపి గారు మొదటి వారు. వీరి శిల్పం, వస్తువు రెండూ సామాన్య ప్రజల వైపే ఉంటాయి.

"తలుపు రెక్కలు
లోపలికి తెరుచుకున్నాయా
బయటికా అని కాదు
తెరుచుకోవడం ముఖ్యం"

ఇక్కడ తలుపు ప్రతీక మాత్రమే, మెదడు తెరుచుకోవాలి అనేది కవి ఉద్దేశం కావచ్చు. ఒక మెదడే కాదు దేనైన ఆహ్వానించాలంటే ముందు గుండె గదులు తెరవాలి. ఆహ్వానం అనేది అత్యంత ముఖ్యమైనది. ఆహ్వానించిన తర్వాతే దానివల్ల ఉపయోగమూ కాదో తెలుస్తుంది.

"పద్యం వెంటనే పుడుతుందా
ఎలా పుట్టినా సూర్యోదయంలా పరచుకోవాలి"

నేను నెలకు ఒక కవిత కంటే ఎక్కువగా రాయనని చాలామంది అంటూ ఉంటారు. నెలకు ఒక కవిత రాసినప్పటికి అందులో గాఢత లేకపోతే ప్రయోజనం లేదు.

కవిత ఎన్ని రోజులు రాశామన్నది కాదు, ఎంత అనుభవించి రాశామన్నదే ముఖ్యం. అనుభవం రకరకాల సందర్భాల్లో రకరకాలుగా ఉంటుంది. కొందరూ చాలా కాలం నుండి ఒక సంఘటనను అనుభవిస్తూ ఒక్కసారిగా విస్ఫోటనమై రాస్తారు. మరి కొందరికి చలించే గుణం ఎక్కువగా ఉంటుంది. అందుకే ఎక్కువగా రాస్తూ ఉంటారు. అందులో తప్పు లేదు కానీ శిల్పం, సమాచారం, గాఢతను చూసుకుంటే సరిపోతుంది.

కవి రోజుకి ఇన్ని కవితలే రాయాలని నియమాలు పెట్టడానికి ఎవరికీ హక్కు లేదు. రాసిన కవితలు సరిగా ఉన్నాయో లేదో దాన్ని మాత్రమే విమర్శకులు విమర్శిస్తారు. ఒక రోజు ఎక్కువగా రాయడం వల్ల ఒక కవితలో రాసిన భావచిత్రాలు, పదబంధాలు మళ్లీ మళ్లీ దొర్లకుండా చూసుకోవాలి, వస్తువు మారిన ఒకే భాష ఉంటే వైవిధ్యం ఉండదు.

గోవాలో సముద్రం అనే కవితా సంపుటిలో గోపి గారు సముద్రాన్ని ఇలా అన్నారు.

“కనిపించని నాగలితో
దున్నుతున్న భూమిలా ఉంది కడలి”

ప్రకృతిని మానవీకరణ చేసే నైపుణ్యం గోపి గారిలో పుష్కలంగా ఉన్నది. వారు చూసే ప్రతి దృశ్యాన్ని మానవుని

జీవన శైలిలోకి అనుసంధానం చేస్తూ ఉంటారు. మరో సందర్భంలో గోవాలో సముద్ర దగ్గర ఉన్న కొండను అలలు తాకుతున్న దృశ్యాన్ని ఈ విధంగా స్పందించారు.

"చిన్న చిన్న పిల్ల అలలు
కొండను తన్ని పారిపోతున్నాయి"

అలలు కొండను తన్నగలవు ఎందుకంటే వాటికి చలన శక్తి ఉన్నది. కొండకు చలన శక్తి ఉండదు. ఇదే సందర్భంలో కొండను

"మోకాళ్ల మీద కూచున్న
వృద్ధుడిలా వుంది కొండ"

దీని అర్థం అలలు పిల్లలు అయితే కొండ వృద్ధుడు. ఒక చక్కని అనుబంధాన్ని అందులో చూసిన కవి మనల్ని కూడా కొంత అనుభవంలోకి తీసుకెళ్ళారు.

కోల్వా బీచ్ గోవాలో ఉన్నది. ఇదే అతి పొడవైన బీచ్ గా పేరు గాంచింది. అలాంటి బీచ్ ని సందర్శించినప్పుడు గోపి గారు అలల గురించి ఇలా అన్నారు.

"అలలు క్రమశిక్షణ కలిగిన సైనికుల్లా
కవాతు చేయవు"

అలలకు హద్దులు ఉండవనే విషయాన్నీ పైవిధంగా చెప్పారు. ఆ సందర్భంలో వర్షం కురిస్తే

“అయ్యో సముద్రం తడిసి ఉంటుంది
పరిగెత్తడానికి కాళ్లు లేవు కదా
ఇప్పుడు అందరి కళ్ళలోనూ సముద్రమే”

పైవాక్యంలో అలలకు హద్దులు లేవని చెప్తూనే, మరో పాదంలో ప్రకృతికి కొన్ని హద్దులు ఉంటాయని చెప్పడానికే సముద్రానికి కాళ్లు లేవు కదా అని అభిప్రాయపడ్డారు. గోపి గారు సముద్రంతో సంభాషణ అనే కవితలో ఇలా అన్నారు.

నీళ్ళు లేని దేశం వాణ్ని
నిన్ను తలుచుకుంటేనే
నిలువెల్లా కవినౌతాను”

దేని విలువైనా అది లేనప్పుడే తెలిసి వస్తుంది. తెలంగాణ రాష్ట్రానికి అన్ని ఉన్న సముద్రం లేదు. అదే ప్రాంతం నుండి గోపి గారు వచ్చారు కనుక అలా స్పందించారు. అలానే సముద్రంపై ఒక ఆరోపణ కూడా చేశారు. మేఘాలకు నీరు ఇస్తావు కానీ అవి నీ ఆచరణ, ఆదేశాన్ని లెక్కచేయడం లేదు. ఈ వాక్యాల ఉద్దేశం వర్షం కొన్ని ప్రాంతాల్లో కురవడమే.

చైనా పద్యాలు పుస్తకంలో గాంధీ అంటే గౌరవం ఉంది. ఇక్కడ మనమే మరచిపోతున్నామనే వ్యాఖ్యానం చేశారు. వారి ఉద్దేశం నాటి స్వతంత్ర సమరయోధులను మన పిల్లలకు పూర్తిగా చెప్పడం లేదని. గాంధీ అంటే వంద నోటుపైనో, ఐదువందల నోటుపైనో ఉండే ఒక బొమ్మ కాదని, భారతదేశానికి స్వతంత్రం తెచ్చిన మహానీయుడని మన పిల్లలకి చెప్పాలి.

గాంధీ జయంతి రోజు, వర్ధంతి రోజు మన పిల్లలకి వారి సేవల గురించి గురువులు, తల్లితండ్రులు చెప్పాల్సిన అవసరాన్ని గోపి గారు గుర్తు చేశారు. చైనాలో భాష సమస్య ఉన్నది ఆంగ్లానికి కూడా, సైగలే నయం అన్నారు. దాని ఉద్దేశం చైనీయులు ఆంగ్లాన్ని వారి అవసరానికే ఉపయోగిస్తారు కానీ తమ భాషను చంపుకోడానికి కాదని అర్థం.

అంతెందుకు మన పక్క రాష్ట్రం తమిళనాడులో కూడా వారి భాషపై, సంస్కృతిపై ఎక్కువగా అభిమానంగా ఉండటమే కాదు ఇతర భాషల మోజులో పడి తమ భాషను విస్మరించరు. ఆంగ్లాన్ని అవసరానికి ఉపయోగించి తమ భాషకు తగిన గౌరవాన్ని ఇస్తూనే ఉంటారు. మన రాష్ట్రంలో కూడా మార్పు రావాలి. ప్రభుత్వాలు భాషను అభివృద్ధి చేయాలి.

"ఇండియా అనగానే హిందువా అంటున్నారు
వారి దృష్టి అదన్న మాట"

ఇండియా సర్వమత సమ్మేళనం అధికంగా హిందువులు ఉండవచ్చు కానీ అన్ని మతాలను, కులాలను ఆదరించే ఏకైక దేశం భారతదేశం. ఒక్క భారతదేశంలో మాత్రమే అన్ని వర్గాల ప్రజలు ఆనందంగా ఉండగలరు. చిన్ని చిన్న లోటు పాట్లు సహజం వాటిని ఎదిరించాల్సిన అవసరం కూడా ఉన్నది.

"అరవై ఏళ్లుగా ఉన్న కోపం
పది రోజుల్లో ప్రేమించడం నేర్చుకున్నాను"

ఏ దేశంలోనైనా మంచి వారు ఉంటారు, చెడు వారు ఉంటారు. చైనా మనకు శత్రు దేశం అంటే చైనా ప్రజలందరూ శత్రువులని కాదు అలాగే పాకిస్తాన్ కూడా. పాకిస్తాన్ లో ఉన్న చెడ్డవారితో, ఉగ్రవాదంతోనే మన పోరాటం తప్ప అక్కడి ప్రజలతో కాదు. ఇదే విషయాన్ని గోపి గారు ఒక్క వాక్యంలో చెప్పారు.

కవి చేయవలసిన పని సమాజంలో మంచిని పెంచడమే కానీ శత్రుత్వాన్ని పెంచడం కాదు. గోపి గారు కూడా ప్రపంచం మొత్తం కలిసి మెలిసి ఉండాలనే కోరుకున్నారు. అందుకే చైనా పద్యాలు పుస్తకం చివరిలో చైనా

మనం పక్క పక్కనే ఉన్నాము కదా గొడవలు వద్దు, కలిసిపోదామని కోరారు.

గోవాను నోవా అన్నారు. నోవా అంటే కొత్త అని అర్థం వస్తుంది. గోవాలో సముద్రం కవితా సంపుటిలో సముద్రాన్ని వివిధ రకాలుగా వర్ణించారు. నీటిపై అధికంగా కవిత్వం రాసిన ఏకైక కవి గోపి గారు జలగీతం దీర్ఘ కావ్యం, గోవాలో సముద్రం రెండు కవితా సంపుటిలు నీరే ప్రధాన వస్తువు. ఒకటి నది మరొకటి సముద్రం. ఆ తర్వాత ఎక్కువగా కవిత్వం రాసిన వస్తువు కొండ.

గోపి గారి కవిత్వాన్ని బాగా పరిశీలిస్తే నది, ఆకాశం, సూర్యుడు, చీకటి, కొండ ఎక్కువగా కనపడతాయి. గోపి గారి కవిత్వంలో ప్రకృతి ఎక్కువగా రాజ్యమేలింది. నేడు యాత్ర సాహిత్యం ఎక్కువగా అవసరమున్నది. దీని ద్వారా అక్కడి ప్రదేశాలను మాత్రమే కాకుండా, సంస్కృతి, కట్టుబాట్లు ఇలా అనేక విషయాలు తెలుసుకునే అవకాశం దొరుకుతుంది.

కవిత్వంలో వస్తు వైవిధ్యం శిల్ప మాధుర్యం తప్పనిసరి

ఒక వస్తువుపై కవిత్వం రాసేటప్పుడు నిడివి విషయంలో కవికి హద్దులు ఉంటాయా? కవికి కవిత్వ హద్దులు తప్పనిసరా? ఒకే వస్తువుపై కవితా రాసేటప్పుడు వాక్యాల నియమాలు, పదాల పొందిక దృష్టిలో పెట్టుకోవాల్సిందేనా? కవిత్వ పోటీలు నిర్వహిస్తున్న సాహితి సంస్థలు వాక్యాల విషయంలో, పదాల విషయంలో, భాష విషయంలో ఎందుకిన్ని నియమాలు పెడుతున్నారు? ఈ నియమాలు కవి స్వతంత్రాన్ని హరించేవే కాదా? కవి భావాలను నియంత్రించడమే అవుతుంది. మరి మార్పు ఎలా సాధ్యం?

వాస్తవానికి ఒకే వస్తువుపై కవిత్వం రాసేటప్పుడు ఎలాంటి నియమాలు, పరిధులు, పరిమితులు ఉండవు, ఉండరాదు కూడా. కాకపోతే ఈ మధ్య కాలంలో కవులు శిల్పాన్ని, శైలిని, భాషను విస్మరించి కేవలం భావ ప్రకటనకు మాత్రమే ప్రాముఖ్యతను ఇస్తున్నారు. అందులో తప్పేమీ లేదు కానీ భావ ప్రకటనను సృజనాత్మకంగా కవిత్వం చేయడంలో విఫలం అవుతున్నారు.

వచన కవిత్వాన్ని వచనం చేసేస్తున్నారనే ఆరోపణ ఉన్నది. ఈ ఆరోపణ సహేతుకమైనదే. వస్తువును కవిత్వంగా మార్చేటప్పుడు వాక్యాల నియమాలు అవసరం లేదు కానీ వచనాన్ని తగ్గించి కవిత్వాన్ని పెంచగలగాలి.

ఇదే విషయాన్ని ప్రముఖ కవి, విమర్శకులు రాథేయ గారు ఒక వ్యాసంలో వచనాన్ని కుమ్మరించి కవిత్వం అంటే ఎలా? చదవడం తక్కువైనప్పుడు కవిత్వ నాణ్యత తగ్గుతుందని, బిరుదులు, సన్మానాలకు కవులు పాకులాడకూడదని కాస్త ఘాటుగా విమర్శించారు.

నేటి కవులు రెండు సమస్యలు ఎదుర్కుంటున్నారు. ఒకటి కవిత్వం పలుచబడితే కవికి గౌరవం ఉండదు. కవిత్వ గాఢత ఎక్కువైతే సాధారణ ప్రజలకు చేరువ కావడం కుదరదు. ఈ రెండు విషయాలను పరిగణలోకి తీసుకొని మధ్య మార్గాన్ని అనుసరించగలిగితే చిక్కటి కవిత్వాన్ని రాయగలరు.

విమర్శకులు కవిత్వాన్ని కొలిచేది వాక్యాలను బట్టి కాదు గాఢతను బట్టి. ఇదే విషయంలో రాథేయ గారి మరొక విమర్శ ఏంటంటే కవితా పెద్దగా ఉండటం చేత అందులో కవిత్వం వెత్తుకోవాల్సిన పరిస్థితి ఉన్నది. ఈ విమర్శ ఆహ్వానించతగినదే. అందుకే సాహితి సంస్థలు కవులకు స్పీడ్

బ్రేకులు వేస్తున్నారు. అలా అయినా తక్కువ వాక్యాల్లో ఎక్కువ కవిత్వాన్ని సృష్టిస్తారని వారి ఆశ.

కవులు కేవలం రాసుకుంటూ పోవడం కాదు. కవిత్వంపై వస్తున్న విమర్శను చదివినప్పుడే తాము చేస్తున్న తప్పులు సరి దిద్దుకోగలరు. అలా కాకుండా రాసుకుంటూ పోతే అది కవిత్వం కాదు కపిత్వం అవుతుంది. మనపై విమర్శ వస్తోందంటే మన కవిత్వంలో లోపాలు ఉన్నాయి & విమర్శకు గురౌతున్నాము అంటే మనలో ప్రతిభ ఉన్నట్టే కాకపోతే ఈ విషయాలు వచ్చిన విమర్శను బట్టి ఉంటుంది.

మీ కవిత్వంలో దాన్ని సరిదిద్దుకుంటే మరింత బాగుంటుందనే విమర్శ కవుల ఎదుగుదలకు ఉపయోగపడుతుంది. అలా కాకుండా మీరు రాసేది కవిత్వమే కాదనే విమర్శ వస్తే తప్పకుండా ఆలోచించాలి. లేదంటే మీ కవిత్వం ఎందుకు పనికిరాదనే అర్థం.

రాసేది పది వాక్యాలైనా అందులో కనీసం అరభై శాతం కవిత్వం ఉంటే కవిగా మీరు బతికున్నట్టే. యాభై వాక్యాలు రాసి అందులో పది వాక్యాలు మాత్రమే కవిత్వం ఉంటే మిగతా నలభై వాక్యాలు పాఠకులు ఎందుకు చదవాలనే ప్రశ్న వస్తుంది.

కవిత్వం రాసేటప్పుడు కవులు మొదట ఒక డ్రాఫ్ట్ సిద్ధం చేసుకోవాలి. ఎత్తుగడ ఎలా ఉండాలి? శిల్పాన్ని ఎలా

నడపాలి? ముగింపు ఎలా చెప్పాలి? ఇలా కవిత్వాన్ని నిర్మించగలిగితే కవిత్వం కలకాలం వెలుగుతూనే ఉంటుంది. అలా కాకుండా నేను కలం పట్టుకోగానే నాకు తెలియకుండానే కవిత్వం వస్తుందనే భ్రమలో ఉన్నారంటే మిమ్ములను మీరు మోసం చేసుకున్నట్టే.

ఏదీ మనకు తెలియకుండా రాదు. కవిత్వం రాయడానికి అతీత శక్తులు సహాయం చేయలేవు. దయచేసి, కవులు ఈ విషయాన్ని అర్థం చేసుకోవాలి. నిరంతర సాధన, విశేషమైన పఠనం మీ కవిత్వాన్ని నడుపుతాయి. కవిత్వాన్ని సృజనాత్మకంగా చూడండి. దానికి అతీత శక్తులు అంటగట్టి మలినపరచకండి.

పైన చర్చించిన విషయాలన్నీ కవితా శిఖరమైన డా. ఎన్. గోపి గారికి బాగా తెలుసు. కాదు కాదు అంతకు ఎక్కువగా తెలుసు, అందుకే వారి కవిత్వం వెలిగిపోతోంది. గోపి గారి కవిత్వంలో పరిశీలించిన నాకు వారు రాసే కవిత్వ నిడివి తక్కువగా ఉండటం అందులో కవిత్వం ఎక్కువగా ఉంటుంది.

స్మృతి కవితల్లో కాస్త ఎక్కువ వాక్యాలు రాసినట్లు అనిపించింది. కవిత్వాన్ని నిర్మించడం తెలిసిన వారు ఎన్ని వాక్యాలు కవితలో రాసిన అందుకే కవిత్వం పుష్పిస్తూనే ఉంటుంది. డా. ఎన్ గోపి గారు అక్షరాల్లో దగ్ధమై శీర్షికతో

2005లో కవితా సంపుటిని విడుదల చేశారు. ఇందులో 61 కవితలున్నాయి.

"చెక్కలో బందీ అయిన
పెన్సిల్ ను విడిపించాలి
నల్లని నిగనిగల్లో
వేలాది అక్షరాల్ని దాచుకున్న కడ్డీని
పదును చేసి వదలాలి"

పెన్సిల్ వస్తువు అయితే మాట్లాడింది స్వేచ్ఛ గురించి. స్వేచ్ఛ కేవలం మనుషులకే కాదు ప్రతి జీవికి అవసరమే కానీ కొందరి విషయంలో స్వేచ్ఛ ఎక్కువైపోతోంది. దాని నుండే అనేక దుష్ఫలితాలు జరుగుతున్నాయి. మరికొందరు జీవితాల్లో స్వేచ్ఛ లేకపోవడం వల్ల వారి ప్రతిభను ప్రపంచానికి చూపించలేకపోతున్నారు.

బానిసత్వం, పేదరికం, సామాజిక న్యాయం లేకపోవడం, అవకాశాలు కల్పించకపోవడం వల్లే ప్రతిభ బయటపడటం లేదు. ఇక్కడ కవి పెన్సిల్ నుండి నల్లని కడ్డీ (Lead) వేరు చేయాలి, చెక్కకు నొప్పిగానే ఉంటుందని బాధపడుతూనే ఆ నల్లని కడ్డీ కొన్ని లక్షల అక్షరాలను వెలిగిస్తుందని ఆశాభావాన్ని వ్యక్త పరిచారు. చెక్క, కడ్డీ రెండు ఒక దశలో మాయమైపోయినప్పటికీ వాటి త్యాగం వృధా

పోదని చెప్పడం జరిగింది. సత్ఫలితాలను ఇచ్చే స్వేచ్ఛా, త్యాగం చరిత్రలో నిలిచిపోతాయని చెప్పే ప్రయత్నం.

గోపి గారు నాస్టాల్జియా కవి. పల్లె కవి నుండి జాతీయ కవిగా, జాతీయ స్థాయి నుండి అంతర్జాతీయ కవిగా ఎదిగినా తన కవితా వస్తువుల విషయంలో పల్లె దానాన్ని, మట్టి వాసనను వదలలేదు. పూర్వం మన ఇళ్ళల్లో రేకు పెట్టెలు ఉండేవి. వాటిలోనే బట్టలు, వస్తువులు భద్రపరుచుకునే వాళ్ళు. దానినే కవితా వస్తువుగా తీసుకున్న గోపి గారు

"అరె బుడ్డోడా! దాని మీదెక్కి తొక్కకురా
నా గుండె నలిగిపోతుంది"

అని పిల్లవాడిని ఉద్దేశిస్తూ అన్నారు. కవితలో కవి చెప్పింది ఏంటంటే మానవుడికి వస్తువులతో ఉన్న సంబంధాన్ని చెప్తూనే, పాత వస్తువులు కనుమరుగు అవ్వడాన్ని గుర్తు చేశారు. కాలప్రవాహంలో చాలా వస్తువులతో పాటు తెలుగు భాషలోని పదాలు కూడా కనుమరుగు అవుతున్నాయి. కవులు కవిత్వంలో ఆ పదాలను, వస్తువులపై కవిత్వాన్ని రాయాల్సిన అవసరం ఎంతైనా ఉన్నది.

"పొట్లం విప్పి పల్లీలు తింటుంటే
కాగితంలో నా పద్యం కనిపించింది

ఎప్పుడో తప్పిపోయిన పిల్లవాడు
అంగట్లో దొరికినంత ఆనందం"

ఇది వాస్తవమో కాదో తెలియదు కానీ ఇక్కడ రెండు విషయాలు గమనించవచ్చు. ఒక కవికి తన పాత కవిత కనపడినప్పుడు కలిగిన అనుభూతి, రెండోది సందర్భాన్ని పైవిధంగా చిత్రీకరించడం. గోపి గారి నిరంతరం కవిత్వంలో బతుకుతున్నారు. ఆయన చూసే ప్రతి దృశ్యాన్ని కవిత్వంగానే చూస్తారు. గోపి గారిని కవిత్వాన్ని వేరు చేసి చూడలేము. వారి కవిత్వం మొత్తం పరిశీలిస్తే ప్రతి కవితలో వారి జీవితం కనపడుతుంది.

జీవితం మొత్తం కవిత్వంగానే బతకడం అంటే సామాన్యమైన విషయం కాదు. అది కొందరికి మాత్రమే సాధ్యమౌతుంది. శివారెడ్డి గారు, రాచపాళెం గారు లాంటి వారు ఇలాంటి జీవితాన్నే అనుభవిస్తున్నారు. మన పూర్వ కవులు శ్రీశ్రీ, తిలక్, సినారె ఇలా ఎందరో మహానుభావులు.

గోపి గారి కవిత్వంలో కొండపై అనేక కవితలు రాశారు.

"కొండ ఏమీ ఇవ్వదనుకోకండి
కట్టెల్ని మోపులు కట్టి పంపిస్తుంది"

అన్నారు. మనిషి అవసరాల కోసం కొండలను నాశనం చేస్తున్నారు. కొండలు కేవలం కట్టెల్ని మాత్రమే కాదు నిర్మాణానికి అవసరమైన రాళ్లను, అనేక ఖనిజాలను కూడా ఇస్తున్నాయి. అందుకే మనిషి కొండలను నాశనం చేస్తున్నాడు. అలాంటి కొండలపై కవి అనేక దృశ్యాల్లో బంధించారు. రోడ్డు విస్తరణ కోసం అడ్డుగా ఉన్న ఇళ్లను కూల దోయడాన్ని గోపి గారు తీవ్రంగా వ్యతిరేకించారు.

మరో కవితలో బైపాస్ రోడ్డును వస్తువుగా తీసుకొని పూర్వం ప్రయాణం చేసేటప్పుడు పల్లెల్లో నుండి ప్రయాణించేవారని, దానివల్ల పల్లె వాతావరణాన్ని చూసే అవకాశం ఉండేదని, ఇప్పుడు బైపాస్ రోడ్డు వల్ల అలా జరగడం లేదని బాధపడుతూనే బైపాస్ ఆపరేషన్ గురించి కవితలో చర్చించడం జరిగింది. రెండు సందర్భాలను ఒకే వస్తువులో కవిత్వం చేయడం ఈ కవితలో కనపడుతుంది.

చివరిగా...

“అక్షరాల్లో దగ్ధమౌతూ
అజరామర గీతమై(పద్యమై) బతుకుతాను”

ఇది గోపి గారి నిబద్ధత. నేను అక్షరాల్లో మండుతూనే కవితనై, కవిత్వానై బతుకుతానని ప్రకటించుకోవడం. ప్రకటించినట్లే వారి తొలి కవితా సంపుటి నుండి జీవిస్తున్నారు. మిమ్మల్ని కూడా గోపి గారి అక్షరాల్లో దగ్ధమై పోడానికి

ఆహ్వానిస్తున్నాను. ఇది మనుషులను హరించే దగ్ధం కాదు, మనిషిగా జీవించడానికి వెలిగే దగ్ధం.

ఏకాంత దీపంలో అనంత కవితాక్షరం

కాలానికి అనుగుణంగా భాష మారుతూ వచ్చినట్లే, కవిత్వ భాష కూడా మారింది. అవసరానికి పరభాష వాడుట తప్పు లేదు కానీ అదేపనిగా ఇతర భాష పదాలను వాడటం, ఆంగ్ల భాష పదాలు వాడితే అదేదో గొప్ప పని అయినట్టు వ్యాసాలు రాసి వారిని కీర్తించడం కొందరూ సాహిత్యవేత్తలు చేస్తున్న పని.

కవిత్వం ఎందుకు రాస్తున్నాము? మనం రాసే కవిత్వం వల్ల కలిగే ప్రయోజనమెంత? మన కవిత్వం ఎందరి గుండెలకు చేరువ అవుతోంది? ఆనాడు దోపిడీ వర్గం, అధిక కులాలు విద్యను సామాన్య వ్యక్తులకు దూరం చేశాయి. నేడు కవిత్వంలో ఆంగ్లం, ఇతర భాషా పదాలు అదేపనిగా తీసుకువచ్చి కవిత్వాన్ని సాధారణమైన పాఠకులకి దూరం చేస్తున్నారు.

సాహిత్యవేత్తలు భాషను బతికించడానికి ప్రేరణగా నిలవాలి కానీ వారే పరభాషా పదాల వాడకాన్ని సమర్థించడమే కాకుండా అదేదో గొప్ప పని చేసినట్లు, వారేదో

గొప్ప కవులైనట్లు మోసేస్తున్నారు. పరభాష వాడటం తప్పు లేదు నాటి కవులు గురజాడ, జాషువా దగ్గరి నుండి తిలక్, సినారె, శ్రీశ్రీ గారు కూడా వాడారు. అవసరాన్ని, వస్తువుని బట్టి ఇతర భాషను వాడటం ఎంతమాత్రం తప్పు కాదు.

వస్తువు ప్రాంతీయమైనప్పుడు శిల్పం ఆంగ్లమైతే ఎలా? భాషను ఉద్ధరించకపోయినా పర్వాలేదు కానీ కొత్తదనం కోసం భాషను కవిత్వాన్ని నాశనం చేస్తున్నవారు ఇకనైనా ఆలోచించాలి. ఇతర భాషల పట్ల వ్యతిరేకత అవసరం లేదు. అనవసరమైన చోట వాడటాన్ని విమర్శకులు మాట్లాడాల్సిన అవసరం ఉన్నది. కవిత్వం ముందు గ్రాంథిక భాషలో రాసేవారు. అది ప్రజలకు చేరడం లేదని వ్యావహారిక /వాడుక భాషలోకి మారడం జరిగింది. అలాగే రాసే భాష, మాట్లాడే భాష వేరుగా ఉండేది. ఈ మధ్య కాలంలో రెండు మిళితం అవుతున్నాయి, అయ్యాయి.

కవిత్వ భాష విషయంలో ఎలాంటి మార్పులు వచ్చినా ప్రధాన ఉద్దేశం ప్రజలకు చేరువ కావడమే. ఆనాడు గిడుగు పంతులు గారు వాడుక భాష అవసరాన్ని గుర్తించారు. నేడు పరభాషలు తెలుగు భాషను ధ్వంసం చేస్తున్నాయి. ముఖ్యంగా కవిత్వంలో ఇతర భాషలు వాడకం ఎక్కువైపోతోంది. మన భాషలో పదాలు లేకపోతే ఇతర భాష వాడినా తప్పులేదు కానీ అదే పనిగా వాడటం మాత్రం భాషను చంపడమే అవుతుంది.

కవులు కవిత్వంలో వాడే భాష నీచంగా, బూతుగా ఉండకూడదు. ఎంతటి భావావేశమైన భాష విషయంలో కవి ఆచి తూచి కవితను నిర్మించాలి. కవిత్వం రాయడం సులువైన విషయం కాదు, ఎన్నో విషయాలను గుర్తు పెట్టుకొని రాయాలి. కానీ నేటి కవులు చాలామంది శిల్పం, శైలి, భాష, ఎత్తుగడ, పదబంధాలు, పద చిత్రాలు తెలియకుండానే కవిత్వం రాస్తున్నారు. రాష్ట్రీయ, జాతీయ అవార్డులు పొందుతున్నారు.

కవిత్వం రాయడానికి ఇవన్నీ పాటించాల్సిందేనా అంటే తప్పనిసరి కాదు ఇవన్నీ నిబంధనలు కాదు కాకపోతే ఇవన్నీ తెలుసుకొని కవిత్వం రాయడం ద్వారా కవిత్వ నిర్మాణం తెలుస్తుంది. గాఢమైన కవిత్వం రాయడానికి ఉపయోగపడతాయి. మంచి విషయాలు పాటించడంలో తప్పు లేదు.

డా. ఎన్ గోపి గారి కవిత్వంలో సున్నితత్వం, హెచ్చరిక, కోపం, బాధ, ఆక్రోశం అన్ని రకాల ఎమోషన్స్ కలగలిపి ఉంటాయి. అయినప్పటికీ భాష విషయంలో గోపి గారి కవిత్వంలో అనవసర పదాలకు తావు ఇవ్వలేదు. భావావేశం పేరుతో బూతు పదాలను, సినిమా భాషను వాడలేదు. అందుకే గోపి గారి కవిత్వం తెలుగు కవిత్వానికి మార్గదర్శకంగా నిలుస్తుందని చెప్పడానికి ఎలాంటి సందేహం లేదు.

"దీపం ఒక ఏకాంతం" పేరుతో 2007లో కవితా సంపుటిని విడుదల చేశారు. అందులో 41 కవితలు ఉన్నాయి. కవిగా దాదాపు ముప్పై సంవత్సరాలు అనుభవంతో రాసిన పుస్తకం. గోపి గారు కవిత్వాన్ని ఎక్కువగా రాశారు. దాదాపు ఇరవైకి పైగా కవితా సంపుటాలు ప్రకటించారు. ఒక వ్యక్తి ఇంత కవిత్వాన్ని ఎలా రాయగలిగారు అనిపిస్తుంది కానీ అది గోపి గారు చేసి చూపించారు. దానికి ప్రధాన కారణం అయన ప్రతి దృశ్యాన్ని కవిత్వంగా చూడటమే.

"విశ్వాంతరాళంలో
నిర్విరామ యాత్ర చేస్తున్న గ్రహాలకు
బహుశ నేను చెప్పగలనేమో
నా యాతనాభారిత ప్రయాణం ముందు
వాటి భ్రమణం దిగదుడుపేనని"

ఈ వాక్యాల వెనుక ఉన్న ఉద్దేశం అహంకారం కాదు శ్రమ. అవును గ్రహాల భ్రమణంతో పాటు కవి మెదడులోని ఆలోచనలు కూడా నిరంతరం తిరుగుతూనే ఉంటాయి. ముఖ్యంగా కవి ఎక్కువగా ఆలోచిస్తూ ఉంటాడు. కథకుడు, నవలా రచయిత కంటే కవికి అధిక శ్రమ ఉంటుంది. ఈ మాటలు చెప్పడానికి ఎలాంటి సంకోచం లేదు.

కవి రాసుకున్న కవితలను పుస్తకంగా ముద్రణ చేయాలని అనుకుంటాడు. ముద్రణ చేస్తే సరిపోతుందా?! తన కవితలను, సృజనాత్మకతను, అభిప్రాయాలను రీడర్స్ చదవాలనుకుంటాడు. కానీ నేడు అలా జరగడం లేదు. వేల రూపాయలు ఖర్చు చేసి పుస్తకాలు ముద్రిస్తూ చదవండని తోటి కవులకు పంచుకుంటున్నారు. తోటి కవులు కూడా చదవడం లేదు. ఎవరి కవితలు వారు రాసుకోవడంలో మునిగిపోతున్నారు. తమకు నచ్చిన కవులకు భజన చేయడంలో బిజీగా ఉన్నారు. ఇక కొత్తవారిని ఎలా ఆహ్వానిస్తారు? అందుకే రీడర్స్ కూడా కవిత్వాన్ని, కవులను వెలివేశారు. ఈ మాట అనడానికి బాధగానే ఉన్నది కానీ ఉన్న పరిస్థితిని చర్చించుకోవాల్సిందే. ఇదే విషయాన్ని గోపి గారు

"పుస్తకాన్ని కానుకగా ఇస్తే
నా ముందే ముడిచి పెట్టాడు
గుండెను మెలిపెట్టినంత బాధ"

అన్నారు. పుస్తకం అంటే మాములు విషయం కాదు అదొక భావ ప్రవాహం, ఎన్నో విషయాల నిఘంటువు. అలాంటి పుస్తకం మీకు ఎవరైనా ఇస్తే, కాస్త మీ సమయాన్ని కోసి పుస్తకానికి బహుకరించండి. ఇదే కవితలో గోపి గారు పుస్తకమా చిన్నబుచ్చుకోకు నేనున్నాను కాలం ఎంత మిడిసిపడ్డా చివరికి గెలిచేది అక్షరమేనని ముగించారు. కాలాన్ని కూడా బంది చేసేది అక్షరమే.

"సూర్యుడికి బుద్ధి లేదు
ఒళ్లుంది కదా అని బాహువులు సాచి
లోకమంతా పొర్లుతున్నాడు"

ఇక్కడ సూర్యుడు ప్రతీక మాత్రమే, కవి మనిషినే హెచ్చరిస్తున్నాడు. స్వార్థం, అత్యాశ చేత సమస్తాన్ని ఆక్రమించుకుంటున్నారు. ఆ విషయాన్ని కవి తనదైన శైలిలో చెప్పడం జరిగింది. గోపి గారి నానీల వ్యాసంలో రాసినట్లు గోపి గారు రాసిన కవిత్వాన్ని అనేక రకాలుగా విశ్లేషణ చేసుకోవచ్చు.

ముసలితనాన్ని ఉద్దేశించి...

"ముసలితనం అంటే
సమాధి కోసం ఎదురుచూడటం కాదు
సమాధి స్థితికి వెళ్లి ధిక్కరించడం"

నాకు వయసు అయిపోయింది, ఇక నేనేమి చేయగలనని అనుకుంటున్నా వారిపై చేసిన వాక్యాలు. వయసు అయిపోతే ఏమి చేయలేమనుకోవడం తప్పు. వయసును సైతం ధిక్కరించాలని కవి ఉద్దేశం.

దీపం ఒక ఏకాంతం కానీ అది ఉన్న ప్రాంతంలో వెలుగునిస్తుంది. దీపం లేకపోతే సమస్తం చీకటే. అది విద్యుత్ కావచ్చు, సూర్యుడు కావచ్చు. వెలుగు ఇవ్వడం

అంటే త్యాగం చేస్తున్నట్లే. కవి చీకట్లై, తన అక్షరాలు చీకటిని చీల్చుకొని వచ్చేలా ఉండాలి. అలాంటి కవితలు ఈ పుస్తకం నిండా ఉన్నాయి.

వాస్తవికతకు రూపాన్ని అద్దిన 'వాన కడిగిన చీకటి'

కవిత్వం రాసే వారి సంఖ్య రోజు రోజుకు పెరుగుతోంది. ప్రతి ఏడాది దాదాపు వంద నుండి రెండు వందల దాకా కొత్త లేదా గతంలో కొన్ని రోజులు రాసి వదిలేసిన కవులు వస్తున్నారు. ఇది ఆహ్వానించ తగినదే కానీ కవిత్వంపై అవగాహన లేక ఒక విషయం, సంఘటనపై వారికున్న సమాచారంపై అభిప్రాయాలను వాక్యాలుగా తెంచి దానినే కవిత్వం అంటున్నారు. ఇది ఆరోపణ. ఇందులో చాలావరకు నిజమే ఉన్నది.

మనం కొత్తగా ఏదైనా మొదలెట్టినప్పుడు తప్పులు చేయడం సహజం. తెలియకుండా చేస్తున్నామంటే పొరపాటు. తెలిసి తెలిసి చేస్తుంటే అది తప్పు, నిర్లక్ష్యం దానిని క్షమించలేము.

మనం పొరపాటు చేశామని ఎలా తెలుస్తుంది? ఇతరులను గమనించినప్పుడు లేదా ఎవరైనా మనం చేసింది పొరపాటని చెప్పినప్పుడు. కవిత్వంలో చేసే తప్పులను చెప్పేవారి సంఖ్య బాగా తగ్గిపోయింది. పేలవంగా, అసలు

కవిత్వమే కానీ వాక్యాలను పొగడటమే తప్పు చేస్తున్న తప్పులను చెప్పేవారే లేరు. చెప్పినా ఆహ్వానిస్తున్నవారు అసలు లేరు. మనిషి పొగడ్తల్నే ఇష్టపడతాడు కానీ పనికిరాని పొగడ్తలు మరింత అంధకారంలోకి నెట్టేస్తాయి.

ఊసుపోక రాసుకునే కవిత్వాన్ని పక్కన పెడితే, సామాజిక చింతన, సామాజిక దృక్పథం, సమాజంపై అవగాహన, సమాజం ఎలా ఉండాలో అనే స్వప్నం ఉన్న కవులు మాత్రం పనికిమాలిన పొగడ్తల బుట్టలో పడరాదు. మన తప్పులను చెప్పేవారు లేరని బాధపడాల్సిన అవసరం లేదు. మీ ప్రాంతంలో ఉన్న ఒక ప్రముఖ కవిని తరచూ కలుస్తూ ఉండండి. సమయం దొరికినప్పుడల్లా కవిత్వ చర్చలు చేస్తూ ఉండండి. అప్పుడు వారు ఎన్నో విషయాలు తప్పకుండా చెప్తారు.

ఎక్కువగా రాయడం కన్నా, చదవడం అలవాటు చేసుకుంటే బాగా ఉపకరిస్తుంది. మీరు కవిత్వంలో రాణించాలనుకుంటుంటే ప్రాచీన కవిత్వం నుండి నేటి విప్లవ, అస్తిత్వవాద కవిత్వం వరకు అనేక మంది కవుల కవిత్వాన్ని చదవాలి. కేవలం చదవడం కాదు, మనసులో మననం చేసుకోవాలి. కవిత్వాన్ని విశ్లేషించుకోవాలి.

కవిత్వంపై వచ్చిన విమర్శను బాగా చదువుకోవాలి. కవిత్వంలో వస్తున్న మార్పులను గమనిస్తూనే మనకంటూ ఒక

శైలి, శిల్పం, భాష ఏర్పరచుకోవాలి. మొదటి పది కవితలకు తరువాత రాసిన 11వ కవితకి తప్పకుండా మార్పు రావాలి. లేదంటే మీ కవిత్వం నిలబడే అవకాశం ఉండదు.

మన సీనియర్ కవుల కవిత్వాన్ని చదవడమే కాకుండా వారి కవిత్వాన్ని విశ్లేషణ చేసుకున్నప్పుడు మన కవిత్వంలో ఉన్న లోటుపాట్లు, తప్పులు తెలుస్తాయి. ఒక సీనియర్ కవిని పూర్తిగా చదివినప్పుడు మనకు చాలా విషయాలు తెలుస్తాయి.

"వాన కడిగిన చీకటి" కవితా సంపుటి గోపి గారి 15వ పుస్తకం. 2007లో తెలుగు సాహిత్యానికి అందించారు. పుస్తకంలో 35 కవితలు ఉన్నాయి. కవిత్వంపై కవిత్వాన్ని గోపి గారు చాలా సందర్భాల్లో రాశారు. ఈ పుస్తకంలో అక్షరాలు అనే శీర్షికతో కవిత్వంపై కవిత రాశారు.

"పిల్లలు పిల్లలే కాని
పెద్దలు పసి పిల్లలవడం కవిత్వం"

ఈ వాక్య ఉద్దేశం కవి సున్నిత హృదయంతో ఉంటారు. పిల్లలు కూడా ఎలాంటి ఈర్ష్య, అసూయ, ద్వేషం లేకుండా ఉంటారు. కావున అలాంటి కవులు రాసిన కవిత్వాన్ని పసి పిల్లలు అన్నారు.

“అక్షరం ఒక బుజ్జి కుక్కపిల్ల లాంటిది
ఎగిరొచ్చి పక్కలో పడుకుంటుంది
తిరిగి రాని బాల్యాన్ని స్వప్నించడమే కవిత్వం”

కుక్కపిల్ల విశ్వాసానికి ప్రతీక, వాక్యం కూడా విశ్వాసంగా ఉంటుంది, ఉండాలి. విశ్వాసాన్ని నింపాలి. బాల్యం తిరిగి రాదని కవిత్వంలో దాన్ని దర్శించవచ్చని చెప్పారు. కవిత్వాన్ని బాల్యంతో పోల్చడం అంటే అవగాహన లేదని కాదు, కవిత్వ స్వచ్ఛత గురించి కవి మాట్లాడుతున్నారని అర్థం.

సన్నివేశాన్ని కవిత్వం చేయడంలో గోపి గారి ప్రతిభ అసాధారణమైనది. ఒక ముసలి బిచ్చగాడు ఇంటి ముందుకు రాగానే గోపి గారి అర్థాంగి గారు వెంటనే బయటికి వెళ్లి తనకు బిచ్చం వేస్తుందని, ఆ బిచ్చగాడు అరవకపోయినా ఇంట్లో ఉన్న గోపి గారి అర్థాంగి అరుణమ్మకు తెలిసిపోతుందని చెప్తూ ఒక కవిత రాశారు. ఇది మానవత్వంతో నిండిన కవిత. మనసుకు చెందిన కవిత.

వర్షంలో నానుతున్న అతడి దేహంపై శాలువ కప్పిందని చెప్పిన గోపి గారు అదే శాలువ వేదికపై నాకు లభించిన బిచ్చమే కదా అన్నారు. ఇది కవికి ఉండాల్సిన నిరాడంబరత. అప్పటికే సాహిత్య లోకంలో అగ్ర కవిగా

వెలుగొందుతూ పైవ్యాఖ్య చేయడమంటే సామాన్యమైన విషయం కాదు.

ఎరుక అనే ఒక చిన్న కవితలో జీవితకాలం పాటు కోట్ చేసుకునే వాక్యాలు రాశారు.

"కాలానికి రూపం లేదు కదలికలోనే దాని ఉనికి"

కవిత్వంలో వాస్తవిక శాతం చాలా తగ్గిపోతోంది. వాస్తవ విరుద్ధమైన కవిత్వం కుప్పలు కుప్పలుగా వస్తోంది. కవి పోల్చిన వాక్యాన్ని దృశ్యం చేసుకుంటే అసలు అలాంటి దృశ్యం సాధ్యమేనా అనిపిస్తుంది. కొందరైతే ఏమాత్రం సంబంధం లేని విరుద్ధ అంశాలను జోడించి కవిత్వం అంటున్నారు. అదే కవిత్వమని మరికొందరు సంబరపడుతున్నారు, కవి అని గుర్తింపు కార్డును కూడా మంజూరూ చేస్తున్నారు.

ఊహలు, ప్రతీకలు, మెటాఫర్, ఇమేజినరీస్ లాంటివి సాధారణమైన రీడర్ కి అర్థం కాకుండా రాస్తే, ఆ కవిత్వానికి ఎలాంటి ప్రయోజనం లేదు. గోపి గారి పోలికలు మనషుల జీవితాలను దగ్గరగా, అందరికీ అర్థమయ్యేలా చాలా సహజంగా, విస్తారంగా ఉంటాయి. కవిత్వంలో వాస్తవిక శాతం ఎక్కువగా ఉంటుంది. ఏ వస్తువుపై కవిత్వం రాసినా ఒక కొత్త అనుభూతిని కలిగించేలా రాయడం గోపి గారి విశిష్టత.

ఇదే కవితలో మరో వాక్యం చూడండి...

"విమానం గర్వం ఎంతసేపు
గమ్యం నేలకే అయినప్పుడు"

విమానం కేవలం ప్రతీక మాత్రమే. మనం ఎంత ఎత్తు ఎదిగినా చివరికి నేలపైకి రావాల్సిందే అనే విషయాన్ని చెప్పారు. ఇలా ప్రతి సందర్భాన్ని వాస్తవిక కోణంలో చూడటం, సంఘటనను మానవీకరణం , సామాజీకరణం చేయడంలో గోపి గారి కలానికి ఉన్న ప్రతిభ.

"ఒక్కరోజులో శిల శిల్పంగా మారదు
సుదీర్ఘంగా
ఓపికే దీపంగా తపస్సు చేయాలి"

ఈ వాక్యం ఉద్దేశం ఒక్క రోజులో ఎదిగిపోవాలని అనుకోకూడదు. అలా ఎదిగినా పతనం ఉంటుంది. అలా కాకుండా సుదీర్ఘమైన అధ్యాయంతో కృషి చేస్తే విజయం లభిస్తుంది. ఇక్కడ దీపంగా అనే పదం వాడటం వెనుక కవి ఉద్దేశం "దీపం ముట్టించగానే నెమ్మది నెమ్మదిగా వెలుగు విస్తరిస్తుంది అలాగే నెమ్మదిగా ఎదగడానికి ప్రయత్నం చేయాలి కానీ అడ్డదారులు తొక్కకూడదని అర్థం."

ఇదే కవితలో చివర

"వర్తమానానికీ నమస్కారం

భవిష్యత్తుకు ఆహ్వానం"

జరుగుతున్న దానిని నమస్కరించడం అంటే సంతృప్తి చెందటమే. సంతృప్తి లేని జీవితం ఎంత సాధించినా నిష్ప్రయోజనమే. అలాగే భవిష్యత్తు ఎలా ఉంటుందో అనే ఆందోళన కంటే వర్తమానంలో ఆనందంగా ఉండి భవిష్యత్తును ఇప్పుడు చక్కగా నిర్మించుకొని ఆహ్వానం పలకాలి. ఈ అవగాహన ప్రతి ఒక్కరికి ఉండాలి. అదే విషయాన్ని గోపి గారు వారి కవిత్వంలో ద్వారా చెప్పడం జరిగింది.

వాస్తవికత ఉట్టిపడుతూ, యువత, సమాజానికి అవసరమైన, విలువైన, విశేషమైన కవిత్వ పాదాలు "వాన కడిగిన చీకటి" కవితా సంపుటి నిండా ఉన్నది.

ఆకాశమంత మహాకావ్యం

బుర్రలోకి కవిత్వం ఎక్కడి నుండి వస్తుంది? అసలు కవిత్వం రాయాలంటే ప్రత్యేకమైన అర్హతలు ఏమైనా కావాలా? అంటే అలాంటిదేమీ లేదు. ఎవరైనా కవిత్వాన్ని రాయవచ్చు. ప్రతి కవి మొదట సాధారణమైన వస్తువులపైనే కవిత్వాన్ని రాస్తాడు. ఆ తరువాత తనకొక ప్రాపంచిక దృక్పథం, సామాజిక స్వప్నం ఏర్పడతాయి. సమాజంలోని తప్పులను ఎత్తి చూపుతూ ఆగ్రహిస్తూనో, బాధపడుతూనో కవిత్వాన్ని రాస్తారు.

కవికి ప్రాంతంతో సంబంధం ఉండదు. ఎక్కడ అన్యాయం జరిగినా స్పందిస్తాడు. దేని గురించి అయినా రాసే హక్కు కవికి ఉన్నది కానీ రాస్తున్న కవిత్వం మెరుగుపడుతూ రావాలి. అలా రావాలంటే ప్రాచీన కవిత్వాన్ని , భావవాద కవిత్వాన్ని, అభ్యుదయ కవిత్వాన్ని, ఆ తరువాత వచ్చిన దిగంబర, స్త్రీవాద, దళిత, మైనార్టీ, విప్లవ ఇలా అన్ని రకాల కవిత్వాన్ని చదవాలి.

చదవడమంటే కేవలం చదవడం కాదు నిశితమైన పరిశీలన, పరిశోధన చేసుకున్నప్పుడే తాను రాసే కవిత్వం చిక్కపడుతుంది. ఎన్ని సంవత్సరాల నుండి కవిత్వాన్ని

రాసినా కవిత్వంలో మార్పు లేదంటే కవి విఫలం అయినట్టే. అందుకే చదవడం, రాయడం రెండు సమంగా జరగాలి.

డా.ఎన్ గోపి గారు కొన్ని వేల పుస్తకాలు చదివారు, ఇప్పటికకీ చదువుతూనే ఉన్నారు. ఒక ఇంటర్వ్యూలో వారే స్వయంగా చెప్పారు దాదాపు వారి ఊరిలోని గ్రంథాలయంలో ఉన్న పుస్తకాలన్నీ చదివానని. అందుకే ఎవరూ రాయలేనంత కవిత్వాన్ని రాస్తున్నారు. అందరూ సాధారణంగా చూసే వస్తువులో కవిత్వాన్ని చూస్తారు. చిన్న వస్తువైనా దాని ప్రాముఖ్యతను వారి కవిత్వంలో వివరిస్తారు. వస్తువును సమాజానికి అన్వయించడంలో చేయి తిరిగిన కవి గోపి గారు.

ప్రతి మనిషి జీవిత పరిణామ క్రమంలో ఒక చోట నుండి మరో చోటుకు ప్రయాణించడం సహజం, అలాగే కవులు కూడా. కవులు ఎక్కడి నుండి ఎక్కడి ప్రయాణించిన వారి సొంత ఊరిపై కవిత్వాన్ని రాస్తూ ఉంటారు.

డా. నందిని సిదారెడ్డి గారు గ్రామీణ ప్రాంత కవి కావడంతో, వారి కవిత్వంలో ఎక్కువగా పల్లె జీవిత చిత్రణ ఉంటుంది. అలాగే కన్నడ సుప్రసిద్ధ కవి జ్ఞానపీఠ్ అవార్డు గ్రహీత కువెంపు గారు ప్రకృతి కవి, పల్లె కవిగా గుర్తింపు పొందారు. మైసూరు విశ్వవిద్యాలయంలో పట్టా పొంది అదే విశ్వవిద్యాలయానికి ఉపకులపతిగా ఎదిగారు. ఎక్కడున్నా తన అస్తిత్వాన్ని వదిలిపెట్టలేదు.

గోపి గారు కూడా ఉపాధ్యాయ స్థాయి నుండి పొట్టి శ్రీరాములు విశ్వవిద్యాలయం ఉప సంచాలకులుగా ఎదిగినా కూడా తన అస్తిత్వాన్ని వదిలిపెట్టలేదు. దానికి ఉదాహరణే వారి షష్టిపూర్తి సందర్భంగా 2010లో మా ఊరు మహాకావ్యం శీర్షికతో కవితా సంపుటిని సాహిత్య లోకానికి అందించారు. భారతదేశానికి మహా కావ్యమే పల్లె. అందుకే గోపి గారు మా ఊరు మహా కావ్యం అన్నారు. 130 పుటలు ఉన్న పుస్తకంలో 60 కవితలు ఉన్నాయి.

మా ఊరు మహా కావ్యం అనే శీర్షికతో రాసిన కవిత యొక్క ఎత్తుగడలో వాడిన ఈ వాక్యం చూడండి.

"ప్రజలకన్నా నా కవిత్వం గొప్పదేం కాదు"

నేను రాసే కవిత్వం గొప్పది, నేను రాసే విధంగా ఎవరూ కవిత్వం రాయలేరని విర్రవీగే కవులు తప్పకుండా ఈ కావ్యాన్ని పదే పదే చదువుకోవాలి. గోపి గారికి స్పష్టమైన అవగాహన ఉన్నది. అందుకే పద్యానికి అత్యాశ కూడదు జీవితం ఒక పద్యంలో ఎలా పడుతుందని? నానీలో రాసుకున్నారు. దానికి కొనసాగింపుగా నా కవిత్వం కన్నా ప్రజలే గొప్పవారని చెప్పడంతో ఆగలేదు. ఇంకాస్త ముందుకు వెళ్లి వారి పాదాలకన్నా నా కవిత్వ పాదాలు చురుకైనవి కాదు అనడంలో కవి యొక్క మనసును అర్థం చేసుకోవచ్చు. ప్రజలను ప్రేమించలేని వారు కవులు కాలేరు. ప్రజల కష్టాల

కన్నా, వారి కన్నీరు కన్నా నా కవిత్వం తీవ్రమైనది కాదు. ఒక్క వాక్యం చదువుతుంటే ఇవి కదా కవికి ఉండాల్సిన లక్షణాలు అనిపిస్తుంది.

రాహిత్యం-2 అనే కవితలో

"నిద్రపట్టని రాత్రుల్లో
పక్క మీద అటూ ఇటూ కదిలినప్పుడు
దేహంతో పాటు కాలం కూడా నలుగుతుంది"

దేహం సమస్యలతో నలుగుతూ ఉంటే, కాలం కూడా దేహంతో పాటు సమస్యలతో నలుగుతుంది. అందుకే సమస్యను పెద్ద అవరోధంగా చూడటం కంటే దానిని పరిష్కరించడానికి ఆలోచించాలి. తప్పకుండా పరిష్కారం దొరుకుతుంది. అప్పుడు దేహం కాంతివంతం అవుతుంది. కాలం కూడా సూర్యుడిలా వెలుగుతుంది.

తోడు అనే కవితలో జేబులో పైసలు లేకపోయినా పర్వాలేదు కలం లేకపోతే భావ శూన్య నీరవ కుటీరం అవుతుంది అన్నారు. అంటే కవికి డబ్బులు లేకపోయినా అక్షరాలు కావాలి, ఆ అక్షరాలు రాయడానికి కలం కావాలి. ఆ కలం లేకపోతే జేబు చీకటి ఇల్లు అవుతుందని అభిప్రాయపడ్డారు.

బలపంపై రాసిన కవితలో బలపం విరిగితే బాధలేదు రెండు మూడు బలపాలుగా బలం పుంజుకుంటుంది అన్నారు. ఇక్కడ బలపం ప్రతీక మాత్రమే జీవితంలో మనిషి కింద పడిపోయినా పర్వాలేదు, ఆ అనుభవాలతో బలం పుంజుకుంటాడని గోపి గారి ఉద్దేశం. కావున ఎన్ని సార్లు కింద పడిపోయినా మళ్ళీ లేచి ముందుకు సాగాలే తప్ప నిరాశ, నిస్పృహలు ఉండకూడదు.

వద్దు బిడ్డా చావవద్దు అంటూ రాసిన కవితలో తెలంగాణ కోసం ప్రాణాలు వదిలిన యువకులను ఆత్మహత్యలు చేసుకోకండి, చనిపోతే అవకాశాలు ఉండవు, అదే బ్రతికి ఉంటే ఎన్నో అవకాశాలు ఉంటాయి అన్నారు. ఉద్యమం ఏదైనా, సమస్య ఏదైనా, ఆత్మహత్యలు చేసుకున్నవారిని వీరులని చెప్పడాన్ని వ్యతిరేకించాలి. చేతకాని వాడే ఆత్మహత్యలు చేసుకుంటాడు.

ఏదైనా సాధించాలంటే బతికి సాధించాలి కానీ చనిపోతే ఎలా? ఇది రాజకీయ నాయకుల కుట్ర, ఆ కుట్రలో పడిన చాలా మంది యువత మరణిస్తూనే ఉన్నారు. రాజకీయ నాయకులు మాత్రం యువకుల దేహాలపై రాజ్యాధికారాన్ని పొందారు. వీరులని ఒక పేరు తగిలించి వారిని స్మరించుకోవడం కాదు అలాంటి ఆత్మహత్యలు జరగకుండా ఉండాలి.

ఆత్మహత్యలు చేసుకున్నవారికి సరైన గుర్తింపు ఇవ్వాలి. చావడం చేతకానితనమే. దేశం కోసం పోరాడి మరణిస్తే వీరులు అవుతారు కానీ చేతకాక ఆత్మహత్య చేసుకుంటే వీరులు అనిపించుకోరు. బతికి సాధించండి. అమాయకంగా ఉండి రాజకీయ నాయకుల వలలో పడి మీ కుటుంబ సభ్యులను వదిలి వెళ్ళిపోవడం సబబు కాదు. సందర్భం ఏదైనా ఆత్మహత్య సమర్థనీయం కాదు.

జల్లెడ, చెట్టు అదే, చేప, కదలని చరిత్ర, భూమి వర్సెస్ ఆకాశం, స్వేచ్ఛ లాంటి ఎన్నో కవితలు పాఠకులను హత్తుకుంటాయి.

రాతి కెరటాల్లో కవిత్వ శకలాలు

ఊసుపోక రాసుకునేది కవిత్వం అంటే ఒప్పుకునేది లేదు. ఏ కవి పొద్దుపోక కవిత్వం రాసుకోడు. కవిత్వం రాసేవారు రెండు రకాలుగా విభజించుకుంటే:

తన బాధల నుండి కాస్త విరామం కోసం రాసేవారు కొందరైతే సమాజం కోసం రాసేవారు మరికొందరు.

మొదటి రకం వారు నెమ్మదిగా రెండో రకం కవులుగా మారిపోతారు. అలా మారినప్పుడే సమాజానికి ఎక్కువగా ఉపయోగపడతారు. కవిత్వం మొదట ఇంటి నుండి మొదలౌతుంది. వ్యక్తిగత జీవితంలో, ఇంట్లో పరిస్థితులు కవిత్వం రాయడానికి ప్రేరేపిస్తాయి. ఎక్కువగా సమస్యల్లో ఉన్నవారే కవిత్వం రాస్తూ ఉంటారు. వారి బాధలు, కష్టాలు, సమస్యలు అక్షర రూపంగా మారుస్తూ మొదలయ్యే కవిత్వ ప్రయాణం తమ బాధ నుండి సమాజ బాధ వైపుకు అడుగులు వేస్తుంది.

వ్యక్తిగత వస్తువు నుండి పరిసర వస్తువు స్థాయికి చేరుతుంది. ఆ తర్వాత విస్తృతం అవుతూ వీధి, ఊరు,

రాష్ట్రం, దేశం, ప్రపంచం, విశ్వం ఇలా వస్తు విస్తృతి పెరుగుతూ కవిత్వాన్ని బాధ్యతగా తీసుకుంటారు. ఇదొక ప్రాసెస్ లాంటిది. కొంతమంది కవులు దశాబ్దాలుగా కవిత్వాన్ని రాసినా వారి వస్తు విస్తృతి కానీ, కవిత్వ గాఢత కానీ పెరగదు. అది వారి అధ్యయన లోపమే.

కవుల ఆలోచనా విధానం లోతుగా ఉండాలి. జరిగిన సంఘటనను ఎన్నో విధాలుగా ఆలోచించి అందులోని వాస్తవం ఎంత? ఏది సత్యం? ఏది అసత్యం? తెలుసుకోవాలి, సంఘటనను విశ్లేషణ చేసుకోవాలి. వాస్తవాలను గ్రహించాలి అప్పుడే ఆ సంఘటనపై కవిత్వాన్ని రాయాలి. అలా కాకుండా రోజుకు పది, ఇరవై కవితలు రాస్తే లాభం ఉండదు. రాయడం తప్పు కాదు అలా రాయాలంటే అంతటి పరిజ్ఞానం ఉండాలి & కవిత్వంలో గాఢత తగ్గకుండా చూసుకోవాలి.

ఎన్ని కవితలు రాశామన్నది ముఖ్యం కాదు, ఎంత ప్రభావితం చేసే కవిత్వం రాస్తున్నాము అనేదే ముఖ్యం. ఈ విషయాలు కొత్తగా కవిత్వం వైపు అడుగులు వేస్తున్న వారికి తెలియకపోవచ్చు. కవిత్వం ఇలా రాయాలని చెప్పకపోయినా పర్వాలేదు ఇలా రాయకూడదని చెప్పే వారు కావాలి. అలా చెప్పేవారు తండ్రి స్థానంలో ఉండాలి కానీ కఠిన విమర్శకుడి స్థానంలో కాదు.

ఎవరూ ఏదీ చెప్పకపోయినా పర్వాలేదు. కొత్తగా కవిత్వం రాసేవారు మన పూర్వ కవుల కవిత్వాన్ని, సహచరుల కవిత్వాన్ని, కవిత్వంపై వచ్చిన విమర్శను చదవడం, చదివిన తర్వాత పుస్తకంపై అభిప్రాయాన్ని రాసుకోవడం లాంటివి చేసుకుంటే తప్పకుండా మంచి కవిత్వాన్ని అందించగలరు.

ఇప్పటికే 25 కవిత్వ సంపుటాలు ముద్రించిన డా.ఎన్.గోపి గారు గత నలభై సంవత్సరాలుగా కవిత్వాన్ని రాస్తున్నారు. ఎంతో మంది కవులకు మార్గ నిర్దేశం చేశారు, చేస్తున్నారు. యువ కవులను ప్రోత్సహిస్తున్నారు. దాని కోసం వారి ఇంట్లోనే 16,000 పుస్తకాలతో గ్రంథాలయాన్ని నిర్మించారు. పరిశోధకుల కోసం ఒక గది కూడా ఏర్పాటు చేశారు. అక్కడే ఉండి పుస్తకాలు చదువుతూ పరిశోధన పూర్తి చేసుకునే సౌకర్యాన్ని కల్పిస్తున్నారు. ఇదే కదా నేటి కవులకు, సాహిత్య పరిశోధకులకు కావాల్సింది.

గోపి గారు కవిత్వాన్ని రాయడం మాత్రమే కాదు సాహిత్యాన్ని వారి భుజాలపై మోస్తున్నారని చెప్పడంలో ఎలాంటి అతిశయోక్తి లేదు. రాతి కెరటాలు శీర్షికతో 2011లో కవితా సంపుటిని విడుదల చేశారు. 80 పుటలు ఉన్న పుస్తకంలో 44 కవితలు ఉన్నాయి.

కాంతి శీర్షికతో రాసిన కవితలో...

"పొగలు కక్కే అన్నాన్ని చూస్తే అనిపించింది
ముత్యాలకంటే బియ్యం ఎంత అందమైనవో"

అన్నారు. వాస్తవానికి అన్నం అందమైనదే కాదు ఆకలిని తీర్చే అన్నపూర్ణ కూడా. ముత్యాలు అలంకరణకు తప్ప ఎందుకు ఉపయోగపడతాయి? ఎన్ని ముత్యాలుంటే ఏం లాభం? అన్నపు మెతుకుల విలువ మనిషి గ్రహించాలి.

"చెమట చుక్కల్ని చూస్తే అనిపించింది
శ్రమ సౌందర్యం ముందు
నింగిలోని చుక్కలు ఎంత కాంతి హీనమూ"

అన్నారు. గోపి గారి కవిత్వం తంగేడు పూలు నుండి వృద్ధోపనిషత్ వరకు పూర్తిగా కార్మిక పక్షమే నిలబడింది. చెమట దుర్వాసన కాదు, కష్టానికి ప్రతిఫలం. అలాంటి చెమట ఆకాశంలోని చుక్కలతో ఎలా సమానం అవుతుంది? ఏసీ గదుల్లో చెమట అనే పేరే తెలియకుండా పెరిగేవారికి ఎలా తెలుస్తుంది? చెమట గొప్పదనం గురించి.

శ్రీశ్రీ గారు రాజ సింహాసనం గొప్ప కాదు దాన్ని నిర్మించిన వారే గొప్ప అన్నారు. కార్మికుడి పట్ల ఆది నుండి వివక్ష జరుగుతూనే ఉన్నది. ఇప్పుడది జరగకూడదంటే కవులు, సాహిత్యవేత్తలు కార్మికుల పక్షాన నిలబడాల్సిందే.

ఇప్పుడంటే కాలింగ్ బెల్ వచ్చింది కానీ అప్పట్లో తలుపు దగ్గర అడుగుల చప్పుడుకే నాన్న వచ్చేది తెలిసేదాని తలుపు తీసిన చప్పుడులో అది అమ్మ తీసిందో, అక్క తీసిందో తెలిసిపోయేదాని అన్నారు. గోపి గారు ఈ వ్యాఖ్య చేయడానికి గల కారణం బలీయమౌతున్న బంధాలను ఎత్తి చూపడమే. మన ఇంట్లో ఉన్న నలుగురికి ఏది ఇష్టమో, ఏది ఇష్టం లేదో కూడా తెలియకుండా జీవిస్తున్నాము.

నాన్న అడుగుల చప్పుడు కోసం ఎదురుచూసే కాలం నాటిదైతే, నాన్న ఇంటికి రాక ముందే పిల్లలు పడుకుంటున్న దుస్థితి నేడు. అలాగే మరో కవితలో నిన్నటి మాటలు ఇంత వేడిగా ఉండేవి కాదు ఇప్పుడు ఎందుకున్నాయని అభిప్రాయపడ్డారు. దానికి కారణం నెమ్మదితనం లేకపోవడం, ఆలోచనా రాహిత్యం, మంచి చెడుల విశ్లేషణలు చేసుకోకపోవడం, ఆవేశం, స్వార్థం, అత్యాశ ఇలా చెప్పుకుంటూ పోతే మంచి గుణాలను వదిలేసి, చెడు గుణాలను నెత్తిన పెట్టుకొని తిరగడమే.

నీళ్ల సీసపై కవితను రాసి, వారి వస్తు వైవిధ్యాన్ని మరోసారి నిరూపించుకున్నారు. నీళ్లని కుందేలి పిల్లతో పోల్చారు. చిన్న సీస అయినా చక్కగా చంకలో ఒదిగిపోతుందని అభిప్రాయపడ్డారు. నీళ్ల సీస లేకపోతే శ్వాస లేని పువ్వులా అయిపోతాను అన్నారు. నీళ్ళు లేకపోతే

మనిషి మనుగడ కొనసాగడం కుదరదు. అదే విషయాన్ని జలగీతంలో గోపి గారు చెప్పడం జరిగింది.

బాగున్నారా అనే కవితలో అమెరికాలో గోపి గారికి ఎక్కువగా ఆకర్షించినది ఎగ్జిట్ బోర్డులేనని రాసుకున్నారు. దేశం కానీ దేశానికి వెళ్లి అక్కడే చదువుకొని, అక్కడే ఉద్యోగాలు చేస్తూ స్థిరపడిన పిల్లల కోసం తల్లితండ్రులు అమెరికా వెళ్తూ ఉంటారు. పిల్లలు ఉద్యోగాలకు వెళ్తే ఇంట్లో దిక్కుతోచక, మన భారతీయులు కనపడక, అక్కడికి వెళ్ళిన తల్లిదండ్రుల బాధ వర్ణనాతీతం.

పదబంధాల ప్రతీక
'హృదయరశ్మి'

కవిత్వంలో పద బంధాలు అత్యంత విలువైనవి. చక్కని పద బంధాలు కవిత్వాన్ని అందంగా, చిక్కగా, విశేషంగా మారుస్తాయి. ఒక పదం పక్క మరో పదం జోడించాలంటే ఎంతో ఆలోచించాలి, జోడించిన పదం అక్కడ సరిపోతుందా లేదా అని చూసుకోవాలి. పూలు దారంలో అందంగా కూర్చినట్టే అందమైన పదాలు కూడా అవసరానికి తగినట్టు పూల మాలలా కుట్టాలి. అప్పుడే అందమైన కవిత్వ మాల సిద్ధమౌతుంది.

పదానికి పదానికి మధ్య అనుబంధం లేకుండా ఉంటే ఆ కవిత్వం వీగిపోతుంది. కవికి తాను ఏ పదాన్ని జోడిస్తున్నాడో, ఎందుకు జత చేస్తున్నాడో, పదం అక్కడ ఉంటే కవిత ఉపయోగమా, కాదా అనే విషయాలపై స్పష్టమైన అవగాహన ఉండాలి. కవితను రాసిన తర్వాత కవితలో ఉన్న పదబంధాలను కూడా సరిచూసుకోవాలి. కవిత మొత్తం విశేషంగా ఉండి ఏ ఒక్క చోట అనవసరమైన పదాలు ఉన్న కూడా పంటి కింద రాయి పరిస్థితి అవుతుంది.

అందుకే ఎలాంటి పదాలు జోడించాలి, ఏది తీసివేయాలి దానిపై అవగాహన తప్పనిసరి.

జోడిస్తున్న పదాలు సరైనవా కాదా అనేది విస్తృతమైన అధ్యయనం ద్వారానే వస్తుంది. కవిత్వం చదివిటప్పుడు కేవలం వస్తువును ఎలా కవిత్వం చేశారు? ఎలాంటి భావాన్ని వ్యక్త పరిచారు? లాంటి విషయాలే కాకుండా ఎలాంటి పదాలు వాడినారు? ఆ పదాలు వాడటానికి గల కారణాలు ఏమిటి? లాంటివి విశ్లేషించుకోవాలి. కొత్త పద బంధాలను అండర్ లైన్ చేసుకొని ఆ పదానికి ఉన్న అర్థాలు ఏమిటని తెలుసుకోవాలి. ఇవేమీ పట్టకుండా కవిత్వం రాస్తే కవిత్వం కాలానికి నిలబడదు.

గోపి గారి కవిత్వంలో అనంతమైన పద సంపద, పద బంధాలు మనకు లభిస్తాయి. వారి కవిత్వాన్ని బాగా పరిశీలిస్తే అలతి అలతి పదాలతో గాఢమైన కవిత్వాన్ని సృష్టించారు. గోపి గారి కవిత్వంలో జీవిత కవిత్వం, వాస్తవ కవిత్వం, బతుకు కవిత్వం, బతుకుపై అవగాహన ఇచ్చే కవిత్వం ఉంటుంది. వారి కవిత్వ సిద్ధాతం జీవితం+కవిత్వం. జీవితాన్ని పరిశీలించి కవిత్వం రాయడమే. చుట్టూ ఉన్న వస్తువుల విశిష్టతను గుర్తించడమే.

గోపి గారు హృదయరశ్మి పేరుతో 16వ కవితా సంపుటిని 2013లో విడుదల చేశారు. మొత్తం 78 కవితలు

పుస్తకంలో ఉన్నాయి. ఇప్పటికే అనేక సార్లు గోపి గారి వస్తు వైవిధ్యం గురించి చెప్పడం జరిగింది. పిన్నీసుపై కవిత్వం రాసి కవిత్వానికి కాదేది అనర్హం అనే మాటను రుజువు చేసిన కవి గోపి గారు. నాకు తెలిసి గోపి గారు రాయని అంశం లేదు. పిన్నీసు కవితలో

"ఆకాశంలో నక్షత్రంలా పిన్నీసు"

పిన్నీసును నక్షత్రం అనడం గోపి గారికే చెల్లు. ఈ నక్షత్రం మానవ జీవితంలో ఎలా ముడిపడి ఉందో చెప్తూ నిక్కర్ గుండీలు ఊడినప్పుడు మానాన్ని కాపాడుతుంది, చెప్పులు తెగిపోతే బీదరికాన్ని కాపాడుతుంది, స్త్రీ గాజులకు, మంగళసూత్రానికి అందగా అదో పెద్ద ఆభరణంగా ఒదిగిపోతుంది ఇలా అనేక రకాలుగా పిన్నీసును గుర్తు చేసుకున్న కవి ఇప్పుడు పిన్నీసులు వాడకం తగ్గిపోవడంతో బాధను వ్యక్తపరిచారు.

లోకంలో ఎవరి దుఃఖం వారిదే ఇది గోపి గారు చెప్పిన వాస్తవం దీనికి ఉదాహరణ తరువాతి వాక్యం "సముద్రానివి ఉప్పు కన్నీళ్ళే" గోపి గారు మొదటి నుండి ప్రకృతితో పాటు ప్రతి వస్తువులో జీవాన్ని చూస్తూ వచ్చారు. అందుకే సముద్రంలో ఉప్పును కన్నీటితో పోల్చి సరికొత్త అభివ్యక్తిని మనకు పరిచేయం చేశారు. ఈ పుస్తకంలో గోపి

గారి వస్తు వైవిధ్యం తారాస్థాయికి చేరిందనే చెప్పాలి. విస్తృతమైన వస్తువులపై కవిత్వాన్ని పండించారు.

"సూర్యుడు ఆకాశంలోనే కాదు
మనిషి ఆవేశంలో కూడా ఉంటాడు
కాకపోతే ధర్మావేశమై ఉండాలి"

మనిషిలో సకల లక్షణాలు ఉండాలి. అలా లేకపోతే అనుభవిస్తున్న జీవితం పరిపూర్ణం కాదు. ఎలాంటి ఎమోషన్స్ అయిన ధర్మంగా ఉండాలి. అదే విషయాన్ని ఆవేశంగా ఊగిపోయే మనిషిలో సూర్యుడు ఉంటాడని చెప్పారు. సూర్యుడు మోతాదుకు మించి ఎండను కురిపించడం వల్ల వినాశనానికి దారితీస్తుంది. దీనికి కారణం మనిషే, అది వేరే విషయం. ఇక్కడ కవి చెప్పదల్చుకున్నది.. మోతాదుకు మించి ఏదైనా చెడుకి దారితీస్తుందని.

"కాలంలోకి వెళ్ళడానికి
ధైర్యాన్ని ఇచ్చింది కవిత్వమే"

ఈ వాక్యం అక్షర సత్యం. కవిత్వం ద్వారా కవి అనంతమైన ధైర్యాన్ని కూడగట్టుకుంటాడు, నీతిని అస్త్రంగా ధరిస్తాడు. అలాంటి కవి యొక్క కవిత్వాన్ని చదివినప్పుడు మనుషులు కూడా మారిపోతారు. అలాంటి కవిత్వం రాసే వారిలో గోపి గారు ఒక్కరు.

"అణచివేత పురుగుకు కూడా ఇష్టం ఉండదు"

అంతరార్థం అనే కవితలో చెప్పిన వాక్యం ఇది. ఈ వాక్యాన్ని స్త్రీ స్వేచ్ఛకు సంబంధించి చేశారు. ఆది నుండి ప్రేమ, అభిమానం, బంధం, పెళ్లి ఇలా అనేక కారణాలు చెప్తూ స్త్రీలను ఈ సమాజం అణచివేస్తూనే వచ్చింది. ఇందులో ముఖ్యంగా ప్రేమ పేరుతో మహిళలను ఎక్కువగా అణచివేశారు. అది ఎలాంటి ప్రేమ అయినా ఉదాహరణకు అమ్మ, కొడుకు, భార్య భర్త, అన్న చెల్లి, ప్రియుడు ప్రియురాలు ఏ బంధంలోనైనా పురుషాధిపత్యం కొనసాగింది, కొనసాగుతూనే ఉన్నది. ఇలాంటి అణచివేత అన్యాయమైనది. భద్రత పేరుతో అణచివేయడం కాదు వారికి ధైర్యాన్ని ఇవ్వాలి, స్వతంత్రంగా జీవించేలా చేయాలి. ఇదే గోపి గారు కోరుకుంటున్నది.

గోపి గారు ప్రేమపై రెండు మూడు కవితలు రాశారు.

"ప్రేమే కవిత్వంగా జీవిస్తున్నాను
ఇక ప్రేమపై కవిత్వమెందుకు"

అని చెప్పుకున్నారు. వాస్తవానికి గోపి గారి ప్రేమ సమాజంపై. ఆ ప్రేమ కారణంగానే అనంతమైన కవిత్వాన్ని సాధారణమైన రీడర్స్ కి అందించారు.

"ఏం స్కూలో ఇది
వాడి నిర్మలమైన లోకంలోకి
పాములా పాకి వచ్చింది"

ప్రతి ఒక్కరికి బాల్యం అత్యంత విలువైనది. అలాంటి బాల్యం నేటి పిల్లలకు లభించడం లేదు. బాల్యాన్ని నాశనం చేస్తున్న వ్యవస్థల్లో ముందు వరుసలో ఉన్నది విద్యారంగం. అక్షర జ్ఞానాన్ని ఇచ్చి అందమైన జీవితాన్ని, భవిష్యత్తును ఇవ్వాలి. విద్య వ్యాపారమై బాల్యాన్ని చంపుకు తింటోంది. దీనికి తల్లితండ్రులు కూడా ప్రత్యక్ష కారకులే. పై విషయాలపై ఒక్క వాక్యంలో స్పందించారు గోపి గారు.

పామును విద్యావ్యవస్థతో పోల్చడం వెనుక కారణం ఒత్తిడి తట్టుకోలేక పిల్లలు విద్యావ్యవస్థ వేసిన కాటుకు బలైపోతున్నారని చెప్పడమే. విలువైన బాల్యాన్ని నాశనం చేయకుండా పిల్లల జీవితాలు మొగ్గ దశలోనే చిదిమేయకుండా ఉండాలంటే తల్లితండ్రులు తగిన జాగ్రత్తలు తీసుకోవాల్సిందే.

జాగారం అనే కవితలో జాగారం గురించి రాసిన ఈ వాక్యాలను గమనించండి. గోపి గారి ఊహ చిత్రాలు ఎంత అందంగా ఉంటాయో.

“అనగనగా ఒక రాత్రి
గుడిలో దీపానికి నిద్ర రాదు
దేవుడు నిద్రపోయాడు గాని
చీకటిని తాగి బయట
తాగుబోతులా తిరుగుతోంది గాలి”

గుడిలో దీపానికి నిద్ర ఉండడు అనుక్షణం వెలుగుతూనే ఉండాలి. సమాజం గుడి, కార్మికుడు దీపం. కార్మికుడికి నిద్ర ఉండదు. పగలంతా పని, రాత్రి పనిచేసిన తాలూకు నొప్పులతో నిద్ర ఉండదు. దేవుడు యజమాని ఆయనను అందరూ కొలుస్తారు. నిద్ర పుచ్చుతారు, ఎలాంటి కష్టం ఉండదు. గాలి తాగుబోతులా తిగుగుతోంది అంటే.. మనం అమ్మ నవలను గమనించినట్లు అయితే, అందులో కార్మికులు తాగేవారని తాగి బలాదూర్ తిరిగేవారని రచయిత గోర్కి చెప్పడం జరిగింది. కారణం చేసిన శ్రమ వల్ల శరీరం పుండులా మారిపోవడమే. ఇక్కడ గాలి అంటే కార్మికుడే.

గొడుగు అంటే గోపి గారికి చాలా ఇష్టం. గోపి గారి కవిత్వంలో దాదాపు మూడు కవితలు గొడుగుపై రాశారు. ఒక కవితలో తనకు గొడుగు ఎందుకు ఇష్టమూ చెప్తూ...

“సూర్యుడిని దిక్కరిస్తుందనే కాదు
చెట్టు మరో రూపం
ధరించినట్టుగా అలరిస్తుంది కాబట్టి”

గోపి గారు చెప్పదలిచినది గొడుగు కింద ఉంటే సూర్యుడు, మేఘాలు, ఆకాశం ఏది మన దరిచేరదు. గొడుగు ఆకారం చెట్టులా ఉంటుంది. అందుకే నాకు ఇష్టమని చెప్పుకున్నారు. వస్తువు చిన్నదే కావచ్చు కానీ అది ఎంతటి బలవంతుడినైనా ఆపగలుగుతుంది. గోపి గారు చెత్త బుట్టపై కూడా కవిత్వం రాశారు.

"అప్పుడప్పుడు నాకు నచ్చని కవితలను
ఉండగా చుట్టి విసిరేస్తే
మెల్లగా విప్పి చదువుకునే పాఠకురాలు"

అంటూ చెత్త బుట్టను కీర్తించారు. పిన్నీసు, చెత్తబుట్ట, మచిలీఘర్, జిందా తిలిస్మాత్, రేడియో, ఇస్త్రీ మల్లమ్మ, దు:ఖిత నగరం, స్కూలుకు వెళ్లనని మారాం చేసే బాల్యం, గొడుగు, రాయి, పాత ఉత్తరం, బర్త్ డే, ది గైడ్, అనుభవం, మట్టి రంగు, పరిణితి, ఆలాపన ఇలా వస్తువేదైనా కవిత్వం నిండుగా ఉంటుంది.

అప్పుడప్పుడు మళ్ళీ విత్తనంలోకి వెళ్ళి రావాలి

కొత్తగా కవిత్వం రాసేవారికి కవితలో ఎన్ని వాక్యాలు ఉండాలి, ఒక్కో వాక్యంలో ఎన్ని పదాలు ఉండాలి? ఇలాంటి అనుమానాలు ఎక్కువగా ఉంటాయి. వాస్తవానికి కవిత్వం ఇలానే రాయాలనే నిబంధన ఎక్కడ లేదు. ముఖ్యంగా వాక్యాలు ఎన్ని ఉండాలి? వాక్యాల్లో ఎన్ని పదాలు ఉండాలి? అలాంటి నిబంధనలు లేవు కానీ మొత్తం మీద తక్కువ వాక్యాలు, పదాలతో అనంతమైన భావాన్ని సృష్టించాలనే సూచనలు చాలామంది విమర్శకులు చేశారు.

కవిత్వం అందగా రాయడమే కాదు అందగా తీర్చిదిద్దాలి కూడా. ఉదాహరణకు కొంతమంది కవులు అటు నుండి ఇటు వరకు ఒక పెద్ద వ్యాసంలా పేపరు మొత్తం నింపేస్తూ ఉంటారు. అలా నింపడాన్ని వ్యతిరేకించడం లేదు. రాసిన దానిలో కవిత్వం తక్కువగా ఉండటాన్ని విమర్శకులు విమర్శిస్తారు. ఒక వాక్యంలో ఇరవై పదాలు వాడటం కన్నా అవసరమైనన్ని తక్కువ పదాలు ఉపయోగించాలి. ఇరవై పదాలు వాడితే వచ్చే భావాన్ని ఐదారు పదాలు వాడితే వచ్చేలా చూసుకుంటే మంచిది.

కవిత్వ వాక్యనిర్మాణ విషయంలో కవులు తర్జనభర్జన పడుతుంటారు. దీనిని అధిగమించాలంటే కవిత్వ నిర్మాణం ఎలా చేయాలో తెలుసుకోవాలి. ఎత్తుగడ ఎలా ఉండాలి? శిల్పంలో ఏం చెప్పాలి? ముగింపు ఎలా ఇవ్వాలి? కథకి ఎత్తుగడ, ముగింపు అత్యవసరం అంటారు కొలకలూరి ఇనాక్ గారు. అలాగే కవిత్వానికి కూడా ఎత్తుగడ అత్యవసరం.

ఆంగ్లంలో ఒక సామెత ఉంది కదా ఫస్ట్ ఇంప్రెషన్ ఈస్ బెస్ట్ ఇంప్రెషన్ అని అందుకే ఎత్తుగడ జాగ్రత్తగా రాయాలి. సాధారణంగా ఎత్తుగడలో ఎక్కువగా వాక్యాలు ఉండవు. గోపి గారి ఎత్తుగడలు దాదాపుగా మూడు వాక్యాలు లేదంటే ఆరు ఉంటాయి. ప్రతి వాక్యంలో రెండు మూడు పదాలకంటే ఎక్కువగా ఉండవు.

గోపి గారి కవిత్వానికి ఎత్తుగడ గుండె అయితే, ముగింపు మెదడు. ఒక వస్తువుపై నలభై వాక్యాల కవిత్వం రాశారనుకోండి మళ్ళీ ఆ కవితను సరిదిద్దుకుంటున్నప్పుడు వాక్యాలను పదే పదే చదువుకోవాలి. అనవసరమైన వాక్యాలు తీసివేసి కవితను కుదించే ప్రయత్నం చేసుకోవాలి. ప్రతి కవి తన కవిత్వానికి మొదటి విమర్శకుడు అయినప్పుడే కవిత్వంలో రాణించగలరు.

గోపి గారి కవిత్వంలో అనవసరమైన వాక్యాలు కనపడవు. వారి కవిత్వ నిర్మాణంలో ఎత్తుగడకు ఆరు

వాక్యాలు కేటాయిస్తే, శిల్పం పది వాక్యాలు ఉంటుంది. ముగింపు మరో ఆరు వాక్యాలు మొత్తం మీద ఇరవై ఐదు నుండి ముప్పై వాక్యాల లోపే ఎక్కువ కవితలను రాశారు. దాదాపుగా చాలా తక్కువ పదాలను వాడుతూ వచ్చారు. "మళ్ళీ విత్తనంలోకి" అనే కవితా సంపుటిని 2014లో ఆవిష్కరణ చేశారు. పుస్తకంలో యాభై కవితలు ఉన్నాయి.

మొదటి కవిత మళ్ళీ విత్తనంలోకి పరిశీలిస్తే...

"అప్పుడప్పుడు మళ్ళీ విత్తనంలోకి వెళ్లి రావాలి
ఈనాటి ఆకుల నిగనిగలు
అర్థం కావాలంటే
ఆనాటి మూలాల్లోకి తొంగిచూడాలి"

అంటే నేటి కాలాన్ని అర్థం చేసుకోవాలంటే ఆనాటి రోజులు తెలియాలని వారి ఉద్దేశం. నేటి మన నిగనిగలకు కారణం ఆనాటి కష్టమే, ఆ కష్టానికి సంబంధించిన మూలాలకి వెళ్లి అప్పుడు ఏం చేశామో చూసుకోవాలి. నేటి మన స్థితి నాడు చేసిన పనులేనని కవి ఉద్దేశం.

రాజకీయాలపై ఎక్కువగా స్పందించలేదు గోపి గారు. కవిత్వం మొత్తంలో పది కవితలు రాజకీయంపై ఉండవచ్చు. అందులో తెలంగాణ ఉద్యమం, తెలంగాణ ఎలా ఉందో రాశారు. ఈ పుస్తకంలో రాజకీయ నేతల పాద యాత్రలపై

తీవ్రంగా ఆగ్రహాన్ని వ్యక్తపరిచారు. పాదయాత్ర పేరుతో రాసిన కవితలో

"ఇది యాత్ర కాదు మోసపూరిత చరిత్ర" అన్నారు.

అలాగే "రేపు బ్రహ్మాండాన్ని ఆక్రమించే వామ పాదాలు అన్నారు" రాజకీయ నాయకుల యాత్రలు పదవి కోసమే అన్నది అక్షర సత్యం, చరిత్ర కూడా అదే చెప్పుతున్నది. అదే విషయాన్ని గోపి గారు చెప్తూ ఇలాంటి పాద యాత్రల వల్ల లాభం లేదని, బీదల బతుకుల్లో మార్పు వచ్చే యాత్రలే అవసరం అన్నారు.

గాలిపాట పేరుతో ఈదురు గాలిపై కవిత రాశారు.

"ఈదురుగాలి మంచిది కాదంటారు
నాకైతే జుట్టు నిమురుతున్న
ఆత్మీయ స్పర్శలా ఉంటుంది"

ప్రకృతిలో జరిగే కొన్ని సంఘటనలను, అద్భుతమైన దృశ్యాలను చూడకుండా మూఢనమ్మకాలతో అరికట్టే ప్రయత్నం చేశారు. ఉదాహరణకు చంద్రగ్రహణం, సూర్యగ్రహణం లాంటివి కూడా. ఈ కవిత నుండి కవి వాటిని ఖండించారు. ప్రకృతిని ఆస్వాదించలేని జీవితం వృధా. సంస్కృతి, ఆచారాలు, కట్టుబాట్లు మనిషి ముందుకు సాగడానికి ఉపయోగపడాలి కానీ అభివృద్ధికి ఆటంకం

కాకూడదు. మనుషులను అంధకారంలో నెట్టే పనికిరాని సిద్ధాంతాలను పక్కన పెట్టడమే కాదు వాటిపై కవులు, శాస్త్రవేత్తలు ప్రజలకు చైతన్యం కలిగించాలి. కవులకు అదొక సామాజిక బాధ్యత.

నెల వచ్చిందంటే చాలు రకరకాల బిల్లులు వస్తాయి. కరెంటు బిల్, వాటర్ బిల్, గ్యాస్ బిల్, పేపర్ బిల్ ఇలా చెప్పుకుంటూ పోతే ఎన్నో ఎన్నెన్నో. అలాంటి బిల్లులపై కూడా కవిత రాశారు.

రసీదు అనే పేరుతో రాసిన కవితలో

"రసీదులను నేను వెంటనే పారేయ్యను
ఎప్పుడైనా తీరికగా ఉన్నప్పుడు
వాటిలోని చిన్న చిన్న అక్షరాలను చదువుతూ
ఊహల్లోకి వెళ్లి వస్తుంటాను"

సాధారణంగా బిల్లు చూస్తే మనకు కోపం వస్తుంది. ఇంత బిల్లు ఎందుకు వచ్చిందని? అలాంటి బిల్లులు చరిత్రకు ఆనవాలు అంటారు. పెట్రోల్ బిల్ చూసినప్పుడు ఎక్కడికి తిరిగామో గుర్తు వస్తుందని రాశారు. గోపి గారి కవిత్వంలో 99 శాతం నెగటివ్ ఆలోచనలు ఉండవు. వారి కవిత్వం జీవితం పట్ల ఆశాభావాన్ని పెంచుతుంది. జీవితంలో విజయానికి ప్రేరణ కలిగిస్తుంది. తంగెడుపూలు నుండి నేటి మళ్ళీ

విత్తనంలోకి కవితా సంపుటి వరకు చల్లని వెన్నెల కురిపించారు.

“మా వాడికి చెవిలో చెప్పండి
నేను మరణించిన తర్వాత
నా అముద్రిత రచనలను పుస్తకంగా చేయమని”

ఇది గోపి గారు పుస్తకానికి ఇచ్చే విలువ. ప్రతి సాహిత్యవేత్త ఇలానే ఆలోచిస్తారు కానీ నేడు పుస్తక ముద్రణ చేయాలంటే ముప్పై నుండి యాభై వేల వరకు ఖర్చు అవుతోంది. ఇందులో కూడా దోపిడీ ఉన్నది. ప్రభుత్వాలు పుస్తకాలు కొనడం లేదు. కనీసం విలువైన పుస్తకాలను అన్నీ గ్రంథాలయాలలోకి చేర్చే ప్రయత్నం చేయడం లేదు.

భాషను ప్రభుత్వాలు చంపేస్తుంటే, ఏమాత్రం లాభాపేక్ష లేకుండా రచనలు చేస్తూ పుస్తక రూపంలో రీడర్స్ కి చేరుకోవాలంటే ముద్రణ సంస్థలు సాహిత్యవేత్తలను దోచుకుంటున్నాయి. ఈ పరిస్థితి మారాలంటే ప్రభుత్వాలు ముద్రణ సంస్థలపై నిఘా పెట్టాలి. నిర్దేశితమైన ధరను అన్ని ముద్రణ సంస్థలు తీసుకునేలా చర్యలు తీసుకోవాలి లేదంటే విలువైన రచనలు ముద్రించబడవు.

పుస్తకంలో కొబ్బరికాయ, సెమినార్, ఆర్ట్స్ కాలేజ్, నీడ, చిలుక్కొయ్యా, దండెం, వీధి, నిచ్చెన, పేపర్ వెయిట్, తాబేలు లాంటి వైవిధ్య భరితమైన వస్తువులపై కవిత్వం

రాశారు. ప్రతి పుస్తకంలో దాదాపు ఇరవైకి పైగా కవితలు కొత్త వస్తువులపై కవిత్వాన్ని అందిస్తూ వస్తున్నారు. నాకు తెలిసి చాలా వస్తువులపై గోపి గారు మాత్రమే కవిత్వం రాసి ఉంటారు. కొన్ని వస్తువులపై కేవలం గోపి గారే మొదట కవిత్వం రాసి ఉండచ్చు. ఎక్కువ వస్తువులపై, కొత్త వస్తువులపై తెలుగులో కవిత్వం రాసిన వారు గోపి గారే అయ్యుండచ్చు.

పురివిప్పిన కవిత్వ ఊపిరి

కవులు రెండు రకాలుగా విభజిస్తే కొంతమంది అలతి అలతి పదాలతో, సాధారణమైన వాక్య నిర్మాణంతో మంచి కవిత్వాన్ని అందరికీ అర్థమయ్యేలా రాస్తారు. మరికొంతమంది రాసే కవిత్వంలో పదాలు సాధారణమైనవి అయినప్పటికీ పదబంధాలు తికమక పెడతాయి. పొంతన కుదరని ఊహలు పాఠకుడిని కష్టపెడతాయి. దీనికి సమాధానం పాఠకుడికి కూడా కాస్త కవిత్వంపై అవగాహన ఉండాలని. అసలు కవిత్వం చదవడానికి సమయం లేకపోతే కవిత్వాన్ని స్టడీ చేసి చదువుకోవాలని అంటున్నారు. దానిని అభ్యుదయవాదులు తీవ్రంగా వ్యతిరేకిస్తున్నారు. వారి వాదన కవిత్వం కొందరికి మాత్రమే పరిమితం చేస్తున్నారని.

మరికొంతమంది కవులు తెలుగు కవిత్వంలో విచ్చలవిడిగా ఆంగ్ల పదాలను చొప్పించ్చి అదే విశేషమైన కవిత్వం అంటున్నారు. ఇలా రెండు రకాల కవులలో డా. ఎన్. గోపి గారు మొదటి రకం కవి. వారు రాసే కవిత్వం అర్థంకావడం లేదనే ప్రసక్తే ఉండదు. వారి కవిత్వంలో

బలమైన శిల్పం ఉంటుంది. అమోఘమైన ఎత్తుగడ, ఆలోచనలు రేకెత్తించే ముగింపు గోపి గారి సొంతం.

దృశ్యాన్ని అందంగా అర్థమయ్యేలా కవిత్వం చేయాలి. కవి రాసిన వాక్యాల నుండి పాఠకుడు దృశ్యాన్ని ఊహించుకున్నప్పుడు చక్కని అనుభూతిని పొందాలి. ఉదాహరణకు వెన్నెల నా కనురెప్పలపై వాలిందని కవి రాశారు అనుకోండి. ఈ ఊహ సాధ్యమైనదే. చల్లని పున్నమి సాయంత్రం వేళ వెన్నెల్లో కూర్చొంటే వెన్నెల శరీరంపై కూడా కురుస్తుంది. అలా కాకుండా వెన్నెలలో ఎముకలు రాలి పడుతున్నాయి అన్నారు అనుకోండి.

పాఠకుడికి అర్థం కాదు, అసలు కవి ఏ ఉద్దేశంతో వెన్నెలను ఎముకలతో జత చేశాడో తెలియదు. పైవాక్యం అర్థం కాకపోతే తరువాతి వాక్యానికి వెళ్ళడం జరగదు. దృశ్యాన్ని కవిత్వం చేసేటప్పుడు కూడా ఆ వాక్యాల ద్వారా కవి చెప్పిన దృశ్యాన్ని పాఠకుడు అందుకోగలగాలి. ఇక్కడ గోపి గారి కవిత్వ దృశ్యాలు సహజమైనవి, కొత్త ఆలోచనలకు దారి తీసేవి.

గోపి గారి కవిత్వాన్ని చదివినట్లైతే చాలా వస్తువుల చరిత్ర తెలుస్తుంది. వస్తువులను పాజిటివ్ గా చూడటం అలవడుతుంది. అర్థం కాకుండా రాస్తే గొప్ప కవిత్వం కాదు. అలాగని సుద్ధ వచనం రాస్తే కవిత్వం అనిపించుకోదు. కవి

పాఠకులను దృష్టిలో పెట్టుకొని, వారికి తగినట్లు కవిత రాయాల్సిన అవసరం ఉన్నది. అన్ని కవితలు ఒకే శైలిలో ఉండాలనే నిబంధన లేదు. కావున వస్తువును బట్టి కవిత్వ శైలి మారితే తప్పు లేదు.

"పురివిప్పిన ఊపిరి" కవితా సంపుటిని 2015లో విడుదల చేశారు. పుస్తకంలో 52 కవితలు ఉన్నాయి. ఢిల్లీలో వర్షం అనే కవితలో

"ఎండాకాలం అసంపూర్ణంగా ఆగిపోయిన కవితలు
వర్షం రాక వల్ల
తరువాతి పాదాలు మొలకెత్తుతున్నాయి"

ఈ వాక్యాలు కాలాన్ని సూచిస్తాయి. అదే విధంగా వర్షం పడి మొలకెత్తే మొక్కలతో కవితలను పోల్చడం జరిగింది. మొక్కైన, కవితైనా సమాజానికి మంచి చేసేవే. కవిత రాసిన విధానం పరిశీలిస్తే వర్షం పడుతున్నప్పుడు కవి అనుభూతి చెందినట్లు అర్థం అవుతోంది. అందుకే కవిత ముగింపులో ఇప్పుడు వర్షం ఆగిపోయింది కానీ నాలో కురవడం మొదలైంది అంటారు.

దాని ఉద్దేశం ఆ వర్షాన్ని చూసి అనుభూతి చెంది తన మనసులో, మెదడులో అక్షర వర్షం, పద్య వర్షం మొదలైందని చెప్పారు. నిజానికి వర్షానికి పులకించి కవితలు రాయడం సహజం కానీ గోపి గారు ప్రతి సందర్భాన్ని

కవిత్వంగా మార్చేస్తారు. ప్రతి ఆలోచన, ఊహ, చూపు మొత్తం కవిత్వమే. ఆయన కవిత్వంగా కదులుతుంటారు.

"వాస్తవం మొక్క అయితే
స్వప్నం మొగ్గ"

ప్రతి కవికి స్వప్నం ఉండాలి అంటారు రాచపాళెం గారు. స్వప్నం లేని కవిత్వం ఎవరి కోసం రాసినట్టు? దేనికోసం రాసినట్టు? అందుకే కవిత ఎందుకు రాస్తున్నాము? ఎలాంటి మార్పు కోరుకుంటున్నామో స్పష్టంగా ఉండాలి. నేటి కవుల్లో చాలామంది సామాజిక అంశాలపై కవిత్వం రాస్తున్నారు.

సమాజం పట్ల వారికున్న బాధ్యతను ఆహ్వానించతగినదే. సమాజంలో ఉన్న సమస్యను ఎత్తి చూపడంలో సఫలం అవుతున్నారు. ఆ సమస్య పరిష్కారం కోసం మార్గాలు, సూచనలు చెప్పడం లేదు. దీనికి ప్రధానమైన కారణం విషయ పరిజ్ఞానం, పూర్తి సమాచారం తెలుసుకోకుండా కవిత్వం రాసినప్పుడు సమస్య ఉందని చెప్పగలము కానీ ఆ సమస్యకి కారణం, పరిష్కారం సూచించలేకపోతున్నారు.

సమస్య ఉందని చెప్పడానికి కవిత్వం మాత్రమే అవసరం లేదు సాధారణ వ్యాఖ్య కూడా సరిపోతుంది.

అవగాహన మాత్రమే కాదు, వస్తువుపై అధ్యయనం కూడా కావాలి. నేడది కొరవడుతోంది.

మొగ్గగా ఉన్న స్వప్నం.. వాస్తవ మొక్కగా ఎదిగి వృక్షంగా మారి నీడను, గాలిని సమాజానికి అందివ్వాలంటే రాసే కవిత్వం పట్ల ప్రేమ, బాధ్యత మాత్రమే కాదు అధ్యాయం కూడా ఉండాలి. సంఘటన చూసి, విని రాయడం కాదు సంఘటనపై కనీస అధ్యయనం చేయాలి. అప్పుడే కవి వస్తువుపై పట్టు సాధిస్తాడు, తద్వారా మంచి కవిత్వాన్ని రాయగలడు.

"ఇవాళ దేశ ప్రజలందరూ కలిసి
గారాబం చేసి చెడగొట్టిన
పోకిరి పిల్లవాడిలా ఉంది ఢిల్లీ"

అంటూ ఢిల్లీ మహానగరాన్ని అభివర్ణించారు. నేడు ఢిల్లీ నగరమే కాదు హైదరాబాద్, బెంగుళూరు, చెన్నై, ముంబై లాంటి ఎన్నో మహానగరాల పరిస్థితి అలానే ఉన్నది. చేతికి దొరకకుండా చెడిపోతూ ఉన్నది. ఇప్పుడు నగరాలను అదుపు చేయడం ఎవరి తరం కాదు. ఈ విషయాన్ని తనదైన శైలిలో చెప్పారు. గారాబం చేసిన పిల్లవాడు ఒక దశకు వస్తే చెప్పిన మాట వినడు. నేడు నగరాల పరిస్థితి కూడా అలానే ఉంది.

"కవిత్వం కోసం
తలుపు దగ్గర నిలబడి

ఎదురుచూసే
అమ్మలాంటి వాడు కవి"

బిడ్డ బయటికి పోతే పిల్లవాడు వచ్చే వరకు తల్లి తన
చూపులను గుమ్మం వైపే నిలిపి పిల్లవాడు వచ్చే వరకు
అలజడిగానే ఉంటుంది. అదే పరిస్థితి కవిది కూడా అన్నారు.
కవిత్వాన్ని బిడ్డతో పోల్చి కవిని అమ్మ అనడం సరైన పోలిక.

కవులందరూ తమ కవిత్వ బిడ్డలను సరిగా
పెంచాల్సిన బాధ్యత తీసుకోవాలి. తమ బిడ్డలు చెడిపోయి
సమాజంలోకి చేరితే సమాజాన్ని నాశనం చేస్తారు. కావున
కవిత్వం సమాజ శ్రేయస్కరం కోసం రాయాలి. సమాజాన్ని
విచ్ఛిన్నం కోసం కాదనే స్పృహ కవులకి ఉండాలి.

ఇల్లు కట్టుకోవడం ప్రతి వ్యక్తి చిరకాల కల. జీవితం
మొత్తం కష్టపడి అందమైన ఇంటిని నిర్మించుకుంటారు. గోపి
గారు ఇంటిపై రెండు మూడు కవితలు రాశారు. ఒక కవితలో
ఒకతను ఇల్లు కట్టుకొని స్నేహితులందరినీ పిలుస్తూ తన
ఇంటికి తానే గైడ్ లాగా మారిపోయాడని. ఇప్పుడతను
తనలో తాను లేడని, ఇంటి గురించి తప్ప మరేది
మాట్లాడటం లేదని వాపోయారు. అంత పెద్ద ఇల్లు కట్టుకున్న
తర్వాత ఇంట్లో ఉన్నవారి మనసులు దూరం అయ్యాయని
బాధను వ్యక్తపరిచారు.

“కవి గమ్యం మృత్యువు కాదు
జీవన గ్రంథంలో
మరో పుట”

సృష్టి అనే కవితలో రాసిన వాక్యం ఇది. ఈ వాక్యాన్ని నిజం చేసి చూపిస్తున్నారు కూడా. 68 సంవత్సరాల్లో కూడా వారు యువకులతో పోటీ పడి కవిత్వాన్ని రాస్తున్నారు. ప్రతివారం అన్ని దినపత్రికల్లో కనపడుతున్నారు. కనీసం వారి కవిత్వాన్ని పత్రికల్లో చదివైనా యువకులు కవిత్వ మెలకువలకు తెలుసుకోవాలి.

గోపి గారు తమ అనుభవాలను, స్మృతులను తలుచుకున్నాప్పుడల్లా రీడర్స్ కూడా తమ అనుభూతులను గుర్తు చేసుకోవడం ఖాయం.

చైతన్యవంతులను చేసే
'ఆకాశంలో మట్టి మనిషి'

కవిత్వం అంటే కల్పన. కవి రాసేది కనికట్టు అనే అపోహ ఉన్నది. ఈ అపోహకు కారణం అసహజమైన ఊహలు, అర్థంలేని ప్రతీకలే. కవిత్వంలో అనుభూతి కోసం కవి కొన్ని కల్పనలు జోడిస్తాడు. అంతమాత్రాన కవిత్వం కేవలం ఊహలు మాత్రమే అంటే ఎలా? జీవితంలో అన్ని ఉన్నట్టే కవిత్వంలో కూడా అన్నీ ఉంటాయి.

కవులు రాసే కవిత్వంలో కల్పన ఉండటం తప్పు కాదు కానీ కవిత మొత్తంలో కల్పన ఎక్కువగా రాయడం మంచిది కాదు. ఉదాహరణకు వంటలో తగిన మోతాదులో ఉప్పు ఉండాలి. ఎక్కువైనా, తక్కువైనా వంట రుచిగా ఉండదు. అలాగే కవిత్వంలో కూడా కల్పన ఉండవచ్చు కానీ అవసరమైన మేరకు మాత్రమే కల్పన రాయాలి.

పెరట్లో మొక్కలు నక్షత్రాల్లా మెరుస్తున్నాయని ఒక కవి రాస్తే, మరో కవి పెరట్లో నక్షత్రాలు పూచాయి అంటాడు. రెండూ ఒక్కటే కానీ శైలి వేరు. ఈ కల్పన అందగానూ, సహేతుకంగానూ ఉన్నది. మొక్కలను నక్షత్రాలతో పోల్చడంలో

తప్పులేదు అలా కాకుండా నేను నక్షత్రాలను తెంపి మా పెరట్లో నాటుకుంటాను అన్నప్పుడు రీడర్ ఇబ్బందిగా ఫీల్ అవుతాడు. అందుకే కల్పనను అర్థమయ్యేలా చెప్పినప్పుడు తప్పకుండా రీడర్ కవుల సహేతుకమైన కల్పనను ఆహ్వానిస్తాడు.

కేవలం ఊహలు మాత్రమే కాదు భవిష్యత్తును ఉద్దేశించి కవి చెప్పే వాక్యాలు కూడా రీడర్స్ కల్పన కింద కొట్టి పారేస్తూ ఉంటారు. ఉదాహరణకు కులం లేని సమాజాన్ని చూడాలన్నది కవి స్వప్నం అనుకోండి. అదెలా జరుగుతుంది? జరగనివన్నీ కవిత్వంలో రాసేస్తారు అనుకోవడం తప్పు. స్వాతంత్ర్యానికి ముందు స్వతంత్రం రావాలని ఎంతోమంది సాహిత్యవేత్తలు రచనలు చేశారు. వారి రచనల వల్లే స్వతంత్రం వచ్చిందని కాదు సాహిత్యం కూడా ఉపయోగపడింది.

మొన్న తెలంగాణ ఉద్యమంలో సాహిత్యం ఎంత క్రియాశీలంగా ఉన్నదో మనకు తెలియనిది కాదు. తెలంగాణ రావాలని ఎంతో మంది కవులు కవిత్వం రాశారు. కావున కవి దేనైనా స్వప్నించడానికి హక్కు ఉంది. తన స్వప్నానికి తగినట్లు కవిత్వం రాయడంలో తప్పు లేదు. అంటే ప్రతి కవికి కల్పన, స్వప్నం ఉండాలి. కల్పన లేకపోయినా పర్వాలేదు కానీ సామాజిక స్వప్నం తప్పనిసరి. అందుకే సహజసిద్ధమైన కల్పనలు కవిత్వంలో ఉండటం తప్పు లేదు.

గోపి గారి కవిత్వంలో కూడా విశేషమైన కల్పన ఉంటుంది. వారి కవిత్వంలోని కల్పనని చదువుతుంటే కవి సమాజాన్ని ఎలా కల గంటారో తెలుస్తుంది. ప్రతి విషయాన్ని పాజిటివ్ గా తీసుకోవడం గోపి గారిలో ఉన్న విశేషమైన లక్షణం.

గోపి గారి ఆకాశంలో మట్టి అనే కవితా సంపుటిని 2016లో విడుదల చేశారు. పుస్తకంలో మొత్తం 60 కవితలు ఉన్నాయి. పుస్తకానికి పెట్టిన శీర్షికతోనే వారి కల్పనను అర్థం చేసుకోవచ్చు. ఆకాశంలో మట్టి అంటే మనిషి మట్టి అనుకుంటే విమానంలో మనిషి ఎగురుతున్నప్పుడు ఆకాశంలో మట్టి అనే ప్రయోగాన్ని కవి వాడారు.

"మట్టికి కాలాన్ని తినిపిస్తే
అది చెట్టై నవ్వుతుంది
మట్టిపై వర్షాన్ని చిలకరిస్తే
అది నదులై పారుతుంది"

మట్టికి కాలాన్ని తినిపించడం అంటే మట్టిలో విత్తనాన్ని నాటినప్పుడు అది చెట్టు అవుతుందని అర్థం. అదే విధంగా వర్షాన్ని చిలకరించినప్పుడు అంటే భూమిపై వర్షం పడినప్పుడు నీరు నదులౌతాయని కవి ఉద్దేశం. మట్టే లేకపోతే సకల జీవ జాతి జీవించడం కుదరదు. కానీ నగరీకరణ పేరుతో మట్టిని, చెరువును, నదిని, సముద్రాన్ని

సైతం కలుషితం చేస్తున్నాడు మానవుడు. చూద్దామంటే కాస్త మట్టి కూడా నగరంలో కనపడదు. మనిషి నేడు మట్టిపై కాదు ఇరుకు గదుల్లో ఊపిరి ఆడక ఉక్కిరిబిక్కిరై జీవిస్తున్నాడు. ఇదే కవిత ముగింపులో కవి ఇలా రాశారు.

> "కొంచెం మట్టిని తెచ్చి కాగితంపై చల్లాను
> అవే ఈ అక్షరాలు"

ఇలా రాయడానికి గల కవి ఉద్దేశం కవి మట్టికవి అని అర్థం, అంటే పల్లెకవి. మనల్ని కూడా ఉండమని చెప్పడమే. కవి తన అక్షరాల ద్వారా మట్టి సందేశాన్ని ఇస్తున్నారు.

> "పసితనానికి
> ఒక దేశమంటూ ఉండదు
> అట్లనే దుర్మార్గానికి కూడా"

పసితనం అంటే మంచి, దుర్మార్గం అంటే చెడు. ఈ రెండింటికి ఒక దేశం అంటూ ఉండదు. అన్ని చోట్ల మంచి ఉంటుంది, చెడూ ఉంటుంది. ఇది కవి ఉద్దేశం. ఇలా చెప్పడానికి మరో కారణం కూడా ఉన్నది. పసితనం అంటే సున్నితత్వం, దుర్మార్గం అంటే రాక్షసత్వం ప్రతి మనిషిలో రెండూ ఉంటాయి.

కవులు ఒక వాక్యం రాస్తున్నారంటే లోతైనా భావాన్ని, విశాలమైన అర్థాన్ని అందులో ఉంచుతారు. మనిషిలో అన్నీ ఉండవచ్చు కోపం, బాధ, ఆశ, కోరిక ఏవైనా కానీ తప్పు లేదు. అవి సరైన మోతాదులో ఉండి జీవితాన్ని నిర్మించాలి, సమాజాన్ని బాగు చేయాలి. అలా కాకుండా ఎక్కువ మంచితనం ఉన్న ఈ సమాజం బతకనియదు. ఎక్కువగా దుర్మార్గం ఉంటే పతనం కాకా తప్పదు. అదే విషయాన్ని కవి ఈ కవితలో తెలియజేశారు.

శ్రీశ్రీ గారి కవిత్వంలో పదాల అలజడి ఉంటుంది. ఆ పదాలు చదువుతుంటేనే రక్తం వేడెక్కిపోతుంది. గోపి గారి కవిత్వం అలా కాదు ఎంతటి కఠినమైన విషయాన్నైనా సున్నితంగా హెచ్చరిస్తారు. ఈ పుస్తకంలో ఉదయం అనే శీర్షికతో కవిత రాశారు. పదాలు హెవీగా రాయలేదు కానీ యువతను ఉత్తేజ పరచడానికి మాత్రం ప్రయత్నం చేశారు. కవితలోని వాక్యాలు చదువుతుంటే ఎవరైనా ఉత్తేజ పడతారు, చైతన్యవంతులు అవుతారు. గోపి గారి కవిత్వానికి, ఈ కవిత కాస్త విరుద్ధంగా ఉంది అనిపించింది.

“ఎన్నిసార్లు చూసినా
తనివి తీరుతుందా!
సూర్యోదయం
నవనవోన్మేష రమణీయ ప్రకాశనం”

ఇదే విషయాన్ని పక్షి కాశి అనే కవితా సంపుటిలో ప్రముఖ కన్నడ కవి కువెంపు గారు

"ఈ అందమైన సూర్యోదయాన్ని
చూడకుండా బతికే బతుకు ఒక బతుకేనా"

ప్రతిరోజూ చూడాల్సిన దృశ్యం ఇది కానీ ఈ నగరంలోని ప్రజలు ఇంకా పడుకుంటున్నారు. అని రాశారు. కువెంపు గారి ఉద్దేశం మానవుడు ప్రకృతిలోని సహజ సౌందర్యాన్ని ఆస్వాదించడం లేదని. ఇక్కడ గోపి గారి ఉద్దేశం కూడా అదే.

కవికి ప్రతి దాని మీద ప్రేమే ఉంటుంది. అందుకే ఎవరికేం జరిగినా త్వరగా చలించిపోతాడు. గోపి గారికి ఒక రోజు సగం వాడిపోయిన ఆకు కింద పడిపోయి కనపడింది. దానిని తీసుకున్న గోపి గారు జాగ్రత్త చేశారు. అది ఎందుకు రాలిందో తెలియదు కానీ దానిని సజీవంగా చూడాలనుకున్నారు. అందుకే దానిపై ఒక కవిత రాసి ఆకుకి మరణం లేకుండా చేశారు. మలి సంధ్య అనే శీర్షికతో రాసిన కవితలో...

"తద్దినం పెట్టడం ఈజీ
బతికున్నప్పుడు
ఇంట్లో చోటివ్వడమే కష్టం"

నేడు జరుగుతున్న వాస్తవాన్ని రాశారు. మలి సంధ్య అని శీర్షికలోనే అర్థం చేసుకోవచ్చు ఈ కవిత ముసలితనంలో తమ పిల్లలు నిర్లక్ష్యానికి గురి చేయడాన్ని బాధపడుతూ రాసిన కవిత. ముసలితనంలో అనారోగ్యం ఒక వైపు పీడిస్తుంది, మరో వైపు పిల్లల ఆదరణ లేకపోవడం మరింత క్షోభకు గురి చేస్తుంది. పిల్లలు చేసే గాయాలకు మాత్రం మందు లేదు.

చేతులు, జేబు, దైనందినం, ఆకు, ఇంటి కప్పు, సొంతిల్లు, కోపం రావాలి, విశ్వ నాటకం, ఒరిపిడి, నగరం ఒక వచనం లాంటి ఎన్నో కొత్త వస్తువులతో కవిత్వం రీడర్స్ కోసం ఎదురుచూస్తోంది.

'జీవన భాష' లేని జీవితాలు వ్యర్థం

మనిషి ప్రాంతాలుగా, వర్గాలుగా, జాతులుగా, మతాలుగా, కులాలుగా అఖరికి మనిషి మనిషిగా చీలిపోయాడు. చీలిపోయి వాడిపోతున్నాడు. భూమిని కోసేస్తున్నాడు, ఆకాశాన్ని భాగాలుగా చేసుకొని పంచుకుంటున్నాడు. ప్రకృతిని చెట్లు చెట్లుగా మింగేశాడు. మనిషి ఎన్ని భాగాలుగా చీలిపోయినా, పంచభూతాలను నాశనం చేస్తున్నా మనిషికంటూ ఒక భాష ఉంటుంది. మనం మాట్లాడే భాష కాకుండా మనిషికి జీవ భాష ఉంటుంది. ఆ భాష విశ్వవ్యాప్తం, ఏదో తెలియని అనుభూతి, అందులో చలనం ఉన్నది, అదే గమ్యాన్ని నిర్దేశిస్తున్నది, మనిషిగా నిలబడటానికి ఇంకా కారణమై నిలిచింది.

మనిషి పుట్టిన తర్వాతే భాష పుట్టింది. అంతకు ముందు కొన్ని శతాబ్దాలు భాష లేదు. మరి ఒకరి భావాలు మరొకరికి ఎలా తెలిసేవి? అదే జీవ భాష, జీవుడి భాష. మాట్లాడాల్సిన అవసరం లేదు. మనలోని భావనలను ప్రకృతి సహాయంతో ఎదుటి వారికి చేరవేస్తుంది. ఇప్పుడు మనిషిది కేవలం భాష మాత్రమే అందులో జీవం లేదు. అందుకే ఇన్ని

అఘాయిత్యాలు. మానవత్వం చచ్చిపోయింది, చలనం రావాలి. అదెలా సాధ్యం? కేవలం అక్షరం ద్వారానే మనిషిలో జీవం పుడుతుంది.

కవులు కాలానికి అనుగుణంగా కవిత్వం రాయాలి. ఇప్పుడున్న సమస్యలు పక్కన పెట్టి ఎప్పుడో అనవసరమైన విషయాలపై అదేపనిగా కవిత్వం రాసి మత ప్రచారాలు, కుల సంఘాల సమీకరణలు చేస్తున్నారు. కవి సమస్యను పరిష్కరించడానికి ప్రయత్నం చేయాలి. అలా కాకుండా వారి కవిత్వంతో ద్వేషాలు రెచ్చగొడుతున్నారు. కవికి హద్దులు లేవు ఒప్పుకుంటాను కాని చరిత్రలో జరిగిన తప్పులను కూడా నేటి ప్రపంచానికి తెలియపరిచి చైతన్యపరచవచ్చు.

అవగాహన లోపంతో తప్పుదోవ పట్టించడం, అదేపనిగా ఇతర మతాలను అవహేళన చేయడం జరుగుతోంది. ఒకరి వల్ల ఒక తప్పు జరిగితే అది ఆ వ్యక్తికి సంబంధించినది. దాన్ని వదిలేసి ఆ వ్యక్తి వర్గానికో, ప్రాంతానికో, కులానికో, మతానికో ఆపాదించడం ఎంతమాత్రం సహేతుకమైన చర్య కాదు. దానివల్ల ఎలాంటి మంచి జరగకపోగా మనుషుల్లో వ్యతిరేకత పెరుగుతుంది. కవులు సమాజాన్ని పచ్చగా చేయడానికి కృషి చేయాలి కానీ సమాజాన్ని విచ్ఛిన్నం చేయకూడదు.

గోపి గారి కవిత్వంలో వివాదాలు ఉండవు. సమాజాన్ని పచ్చగా చేసే ప్రయత్నం మొదటి పుస్తకం తంగెడుపూలు నుండి చేస్తున్నారు. జీవన భాష పేరుతో 2017లో కవితా సంపుటి విడుదల చేశారు. పుస్తకంలో 65 కవితలు ఉన్నాయి.

"స్టీలు బాసాండ్లు అంటూ ఆమె పెట్టే కేక
వొట్టి అరుపు కాదు
అదొక సంగీత శకలం
శ్రామిక లయ"

ఇప్పటికీ మన పల్లెల్లో ఇంట్లోని పాత బట్టలు, మహిళల వెంట్రుకలు తీసుకొని స్టీల్ సామాను ఇస్తూ ఉండటం మనం గమనిస్తూనే ఉన్నాము. వారిపై రాసిన కవిత యొక్క ఎత్తుగడే పైవాక్యం. ఒక మహిళను ముప్పై సంవత్సరాలుగా గమనిస్తున్నానని ఆమె నేడు కనపడటం లేదని కవితలో ఉన్నది. నిజానికి వారి అరుపు పొట్ట కూటికి, దోపిడీ సమాజం చేసిన నేరం, సమానత్వం లేని సమాజానికి ప్రతీక. అటువంటి వారి అరుపును కవి సంగీత శకలం అన్నారు. మనిషి బతుకు పోరాటమే సంగీతం.

కాకిపైన రాసిన కవితలో

"ఎంత అందమైన కాకి!
సూర్యుడికి పోటీగా

నల్లని వజ్రంలా మెరుస్తోంది"

అన్నారు. సాధారణంగా కాకి అరుపును చికాకుగా భావిస్తారు, దాని ఆకారాన్ని సైతం ఎవరూ ఇష్టపడరు కానీ పెట్టిన పిండం తినడానికి కాకిని పిలుస్తారు. మనసు పెట్టి వినాలే కానీ కాకి అరుపులో కూడా సంగీతం దొరుకుతుంది. దాని నల్లని ఆకారం రాత్రికి ప్రతీకలా ఉంటుంది. అటువంటి కాకిని సూర్యుడితో పోల్చిన గొప్ప కవి, మనసున్న కవి, మానవత్వం ఉన్న అవి, అజేయమైన కవి గోపి గారు.

ఓటమి అనే కవితలో కవిత రాయడానికి కవి పడే స్థితి గురించి రాశారు. నిద్రపోవడానికి ఉపక్రమిస్తే నిద్ర పట్టదని, అక్షరాలు బుర్రలోకి వచ్చినట్టే వచ్చి పారిపోతాయని, మెత్తని దిండులా మారిపోతుందని అంటారు. అర్ధరాత్రి వేల అటు ఇటు ఎంత తిరిగిన వచ్చినట్టే వచ్చి కవితా దోబూచులాడుతుందని, తెల్లవారగానే ఎక్కడి నుండి వస్తుందో తెలియదు కానీ అక్షరం అక్షరం కలిసిపోయి పదాలుగా, వాక్యాలుగా, కవిత్వంగా రూపాంతరం చెందుతుంది అంటారు.

నేటి కవులు నిమిషాల్లో కవిత్వం రాస్తున్నారు. అలా రాసిందే గొప్ప కవిత్వమనే భ్రమలో ఉండిపోతున్నారు. ఒక కవిత రాయడానికి కవి మనసు ఎంత తపన చెందాలి? ఎంత చలించాలి? కానీ అలా జరగడం లేదు. వందలు, వేల కవితలు రాసేసి నోరు తిరగని బిరుదులు పొందుతున్నారు.

కవి ఎంత తొందరగా తన బాధ్యత, స్వప్నం తెలుసుకుంటే అంత మంచిది. లేదంటే ఈ సమాజం కవులను కూడా ప్రలోభ పెడుతుంది. అవార్డులు అంటుంది, రివార్డులు అంటుంది. కవిత్వం సమాజం కోసం రాస్తున్నాననే స్పృహ ఉండాలి కానీ తన వ్యక్తిగత ఎదుగుదల కోసం రాసే కవిత్వం ఎందుకూ పనికిరాదు. అటువంటి కవిత్వాన్ని పట్టించుకోవాల్సిన అవసరం లేదు. అసలు అటువంటి అక్షరాలకు కవిత్వ గుర్తింపు ఇవ్వాల్సిన అవసరమే లేదు.

స్థైర్యం అనే కవితలో అగ్గిపుల్ల గురించి రాస్తూ అసలు అగ్గిపుల్లలో వెలుగు ఎక్కడ ఉంటుంది. పుల్లలోనా, అగ్గిపెట్టె ఒంటి మీదేనా అని సందేహిస్తారు. అగ్గి పెట్టెలో అదే చివరి అగ్గిపుల్ల అని జాగ్రత్తగా వెలిగించమని హెచ్చరిస్తారు. వెలిగించడానికి ఆత్మస్థైర్యం కావాలని చెప్తారు. ఇక్కడ అగ్గిపుల్ల కేవలం ప్రతీక మాత్రమే.

కవి చెప్పదల్చుకున్నది జీవితంలో ప్రతి సందర్భం ఎంతో విలువైనది. అవకాశమనే అగ్గి పుల్లను వెలిగించుకొని జీవిత దీపాన్ని చక్కదిద్దుకోవాలి. ప్రతి అవకాశాన్ని చివరి అవకాశంగా అనుకోవాలి, దాని కోసం శ్రమించాలి. అదే గోపి గారి ఉద్దేశం.

గోపి గారికి కిటికీ అంటే చాలా ఇష్టం. అది ఇంట్లో ఉన్న కిటికీ అయినా, ప్రయాణం చేస్తున్నప్పుడైనా కిటికీలో

అనేక దృశ్యాలను చూస్తూ కవిత్వం రాస్తారు. ఒకసారి విమాన ప్రయాణంలో కిటికి సీటు లభించలేదని బాధపడ్డారు. కిటికీ సీటులో ఉన్న ప్రయాణికుడు నిద్రపోతున్నాడు. కొంతమంది అంతే ఇతరులకు అవకాశం ఇవ్వరు, వారూ సద్వినియోగం చేసుకోరు. చివరిగా ఒక కవిత పుట్టక ముందే చనిపోయిందని చెప్పారు కానీ అదే విషయంపై నిరర్థకం శీర్షికతో కవిత రాశారు.

"మీరు రాయకుండా
వదిలేసినా కవితలను
నేనిప్పుడు రాస్తున్నాను"

ఈ వ్యాఖ్య అక్షర సత్యం. ఒక వ్యాసంలో నేనే చెప్పాను చాలా వస్తువులపై కవిత్వం రాలేదని. విమర్శకులు కూడా వస్తువులను పెద్దగా ఆహ్వానించడం కానీ, కొత్త వస్తువులు రావాలని గానీ సూచనలు చేయలేదు. అందుకే చాలా వస్తువులపై కవిత్వం రాలేదు. కొన్ని వస్తువులు నిర్లక్ష్యానికి గురైతే, మరికొన్ని వివక్షకు గురయ్యాయి. కవిత్వ పరంగా నాది కూడా గోపి గారి సిద్ధాంతమే అందరూ రాసిన వస్తువులపై కాకుండా కొత్త వస్తువులపై, నేటి సమాజానికి అనుగుణంగా కవిత్వం రాయాలనుకుంటాను. అదే "వై" పేరుతో హిజ్రాలపై దీర్ఘ కావ్యం రాయడానికి కారణం. నేడు గోపి గారు రాసిన వస్తువులు చరిత్రకు ఆనవాలుగా నిలుస్తాయి అనడంలో ఎలాంటి సందేహం లేదు.

అసంపూర్ణ కవిత శీర్షికతో ఒక కవిత రాశారు గోపి గారు. ఇందులో ఒక యువ కవి తన దగ్గరికి వచ్చి కవిత వినిపించాడని, అది వారికి అర్థం కాలేదని చెప్పడం జరిగింది. కవిత రాసి దానికి వివరణ ఇస్తున్నాము అంటే రీడర్ హృదయాన్ని మనం చేరుకోవడం లేదనే అర్థం. అలా కాకుండా ఏది పడితే అది రాసి నా కవిత్వమే గొప్ప అని జబ్బలు చరుచుకునే వారికి ఈ కవిత ఒక హెచ్చరిక లాంటిది.

కవి.. కవిత్వం రాసేది రీడర్స్ కోసం. రీడర్స్ కి చేరుకోలేని కవిత్వం అసంపూర్ణ కవిత్వమే అవుతుంది. ఈ పుస్తకంలో ఎక్కువగా సమాజాన్ని మేలుకొలిపే కవిత్వం కనపడింది. హితాన్ని చెప్పే ప్రయత్నం చేశారు. చేదబావి, కొండమీద గుడి, పన్ను, గడ్డి, వడ్లు, పార, బల్లి, ముగ్గులు, స్మశానం, దుకాణం లాంటి కొత్త వస్తువులపై కవిత్వం రాశారు. జీవ భాషను, మనిషి భాషను తెలుసుకోడానికి పుస్తకాన్ని చదవమని ఆహ్వానిస్తున్నాను.

ఎవరి దుఃఖమో కవిత్వంలో ఇమిడిపోయింది

కవిత్వాన్ని రెండు రకాలుగా విభజిస్తే

1. మొదటి రకం కవిత్వం పాఠకులకు అర్థం కాకుండా విసిగిస్తుంది, చికాకు కలిగిస్తుంది, పాఠకులను అయోమయంలో నెట్టేస్తుంది. చివరకు కవి ఏం చెప్పాడో తెలుసుకోలేని స్థితిలో ఉన్నామని పాఠకులు తమను తాము నిందించుకునేలా చేస్తుంది.

2. రెండో రకం కవిత్వం పాఠకుల హృదయాల్లో నదులై పారుతుంది. కవి చెప్పిన కవిత్వం అర్థమైతే మనసు పచ్చని పొలాలపై విహరిస్తుంది, కాలాన్ని జయించినంత ఆనందాన్ని కలిగిస్తుంది, విషయ పరిజ్ఞానాన్ని పెంచుతుంది. తద్వారా పాఠకులు కవిత్వానికి చేరువ అవుతారు.

కవిత్వం చేయవలసింది అదే. అందుకే రెండో రకం కవిత్వమే కలకాలం ప్రజల గుండెల్లో నిలుస్తుంది. అర్థంకాని, అర్థమే లేని కవిత్వాన్ని రాసి అవార్డులు, రివార్డులు తెచ్చుకోవచ్చు కానీ ప్రజల గుండెల్లో అలాంటి కవులు

ఉండలేరు, వారి కవిత్వం ప్రజల నాలుకలపై తడి తడిగా ఉండదు. డా. ఎన్ గోపి గారి కవిత్వం రెండో రకం కవిత్వం. పాఠకులను కష్టపెట్టదు, విసిగించదు, నసపెట్టదు. సూటిగా మెదడులోకి దూసుకుపోతుంది, ఆలోచించేలా చేస్తుంది. తద్వారా గుండెలో నిలిచిపోతుంది. అందుకే వారి కవిత్వం నలభై భాషల్లోకి అనువాదం అయ్యింది.

దుఃఖానికి పేద, ధనిక అనే తారతమ్యాలు ఉండవు. కులాలు, మతాలు, ప్రాంతాలు, కాలం ఏది చూసుకోదు. దుఃఖం మనసును పిండి చేసి ఊపిరి ఆడకుండా చేస్తుంది. ఈ కలి యుగంలో విలువలు లేకుండా పోతున్నాయి, బంధుత్వాన్ని పట్టించుకోవడం లేదు, ఇంట్లో నలుగురు ఉంటే ఒకరి అభిప్రాయాలు ఒకరికి నచ్చవు. మన ఇంట్లో ఉంటూ మన తోనే పెరుగుతున్నవారు ఎలాంటి సమస్యలు ఎదుర్కొంటున్నారో తెలుసుకునే సమయం లేదు. ఎందుకు దుఃఖిస్తున్నారో? ఆ దుఃఖానికి కారణం ఏంటో తెలియదు.

రాను రాను మనుషులు యంత్రాలుగా జీవిస్తున్నారు. తమ దుఃఖమైతే ఒకలా, ఇతరుల దుఃఖమైతే మరోలా ఆలోచిస్తారు. కన్న తల్లిదండ్రుల దుఃఖాన్ని అర్థం చేసుకోలేని పిల్లలు ఉన్న కాలంలో ఇక ఇతరుల దుఃఖాన్ని, సమాజ దుఃఖాన్ని ఎవరు పట్టించుకుంటారు? పట్టించుకునేంత సమయం ఎక్కడిది? కానీ సమాజ దుఃఖాన్ని తన దుఃఖంగా భావించి సమాజ శ్రేయస్సుకై సాహిత్యాన్ని సృష్టించే వారే

సాహిత్యవేత్తలు. డా. ఎన్ గోపి గారు కూడా అదే కోవకు చెందిన కవి. "ఎవరి దుఃఖమో అది" అనే శీర్షికతో 2018 లో కవితా సంకలనాన్ని సాహిత్య లోకానికి అందించారు. 150 పుటలు ఉన్న పుస్తకంలో 69 కవితలు ఉన్నాయి.

డా. ఎన్ గోపి గారు కేంద్ర సాహిత్య అకాడమి కన్వీనర్ గా గతంలో పని చేశారు. ఆ సమయంలో కేంద్ర సాహిత్య అకాడమి నిర్వహించే వివిధ కార్యక్రమాల్లో పాల్గొనడానికి ఢిల్లీ వెళ్ళే వారు. ఢిల్లీలోని సాహిత్య అకాడమి గేటు దగ్గర చాయ్ అమ్మే వృద్ధురాలిపై ఢిల్లీలో చాయ్ వాలీ శీర్షికతో కవిత రాశారు. అక్షరాధారులైన రచయితలకు పుస్తకాల షాపులు ఎంత ఇష్టమో భారతీయ రచయితలకు వృద్ధురాలి చాయ్ షాపు కూడా అంతే ఇష్టమని అభిప్రాయపడ్డారు.

"ఈశాన్య రాష్ట్రాల కవులు కొండ గాలిని ఇక్కడ విప్పుతారు"

అని గోపి గారు అన్నారు. దీని ఉద్దేశం కవి ఏ ప్రాంతం నుండి వస్తే ఆ ప్రాంత ప్రభావం ఉంటుంది. ఉదాహరణకు రాయలసీమ సాహిత్యకారులు కరువుపై ఎక్కువ సాహిత్యాన్ని సృష్టిస్తే, ఉత్తరాంధ్ర సాహిత్యవేత్తలు సముద్రంపై కవిత్వం ఎక్కువగా రాస్తారు. ఈశాన్య రాష్ట్రాలంటే హిల్ స్టేషన్స్ ఎక్కువగా ఉంటాయి. అక్కడి

పచ్చని ప్రకృతి, చల్లని గాలి, మంచు పూలు లాంటివి వారి కవిత్వంలో ఎక్కువగా ఉంటాయి. అదే విషయాన్ని గోపి గారు కవిత్వ భాషలో చెప్పారు.

“అనుకోని అతిథిలా జ్వరం
నా శరీరంలో దూరినప్పుడు
నేను అక్షరాలనే కలవరిస్తాను”

కవిత్వం రాయడం ఒక పెద్ద వ్యసనం లాంటిదే, ఒకసారి రాయడం మొదలు పెడితే ఆపడం, మానేయడం కుదరదు. కాకపోతే కవిత్వం రాయడం అనే వ్యసనం రాసేవారి జీవితంతో పాటు సమాజ గమనాన్ని కూడా పరిపూర్ణం చేస్తుంది. కవికి ప్రతీది కవిత్వమే తాను ఏ స్థితిలో ఉన్నాడో అనవసరం.

బాధైనా, సుఖమైనా మొత్తం కవిత్వంతోనే. కవిత్వమే కవికి మొదటి సహధర్మచారిణి, కవిత్వమే నీడ, కవిత్వమే ఊపిరి. ఇక్కడ గోపి గారు జ్వరాన్ని ఒక అతిథిలా ఆహ్వానించారు. జ్వరం వస్తే “ఈ పాడు జ్వరం నాకే ఎందుకు వచ్చింది? ఈ నొప్పులు భరించలేను అంటూ మదనపడ్డారు.

సరిగా గుర్తు లేదు ఎక్కడో చదివినట్టు గుర్తు కనీసం సంవత్సరానికి ఒక్కసారైనా జ్వరం వస్తేనే మనం ఆరోగ్యంగా ఉన్నట్టు. అందుకే అలాంటి జ్వరాన్ని అతిథిలా ఆహ్వానించి,

ఆ సమయంలో కూడా అక్షరాలను, కవిత్వాన్ని కలవరిస్తాను, బాధను కవిత్వంతో జయిస్తానన్నారు.

అరిటాకు మీద ఒక కవిత రాసిన గోపి గారు "అరిటాకు మీద ముల్లు పడితే అరిటాకుకు నష్టమని గతంలో చెప్పేవారు" ఇప్పుడు ముల్లును ఎదిరించడం అరిటాకుకు నేర్పించాలి అన్నారు. ఇక్కడ అరిటాకు ప్రతీక మాత్రమే. అరిటాకును మహిళ అనుకుంటే, ముల్లు పురుషుడు. మహిళలను నాశనం చేసే నీచమైన ముల్లులను ఎదిరించడం నేర్పించాలని గోపి గారి ఉద్దేశం.

మహిళలపై అత్యాచారాలు ఎక్కువై పోతున్నాయి. ఈ సమయంలో మహిళలు మరింత దృఢంగా, ధైర్యంగా ఉండాల్సిన సమయం వచ్చింది. మహిళలు నెమ్మదిగా చైతన్యవంతులు అవుతున్నారు, రాబోయే రోజుల్లో మరింత సామర్థ్యంతో ముందుకు సాగుతారు, నీచమైన ముల్లుల భరతం పడతారు కూడా. కానీ నేడు మరో పెద్ద సమస్య పిల్లలపై లైంగిక వేధింపులు జరుగుతున్నాయి. పసికందులను సైతం వదలటం లేదు. కావున తల్లి పిల్లలను మరింత క్షేమంగా పెంచాల్సిన అవసరం ఉన్నది. అలానే మన చట్టాలు కఠినతరం చేయడమే కాదు శిక్షలు త్వరగా పడేలా చూడాలి. న్యాయవ్యవస్థ పరుగులు పెట్టాల్సిన అవసరం ఉన్నది.

"చంద్రుని నుండి వెన్నెల విడిపోయినట్టు
మనిషి మానవత్వాన్ని కోల్పోతున్నాడు"

రోజు రోజుకు మానవత్వాన్ని కోల్పోవడమే కాకుండా బంధాలు బలహీనమౌన్నాయి. మానవత్వం లేని మనిషి వెన్నెల లేని చంద్రుడి లాంటి వాడేనని గోపి గారి ఉద్దేశం. చంద్రుడిని ఎక్కువగా ఇష్ట పడేది ఆ వెన్నెల వల్లే. అదే వెన్నెల చంద్రుడి నుండి విడిపోతే చంద్రుడికి విలువ ఉండదు, ఎవరూ పట్టించుకోరు కూడా. అలాగే మనిషి మానవత్వాన్ని కోల్పోతే వెన్నెల లేని చంద్రుడి లాంటి వాడని గోపి గారు ఒక్క కవిత్వ పాదంలో వివరించారు.

శ్రీశ్రీ గారు కుక్క పిల్ల, సబ్బు బిళ్ళ కాదేది కవిత్వానికి అనర్హం అన్నారు. ఆ వాక్యాన్ని నిజం చేస్తూ గోపి గారు సబ్బుపై కవిత రాశారు. కవితలో సబ్బుపై కంపెనీల పేరు రాస్తారు కానీ సబ్బును తయారు చేసిన కార్మికుడు పేరు ఎందుకు ఉండదని ప్రశ్నించారు.

సబ్బు మనం ప్రతిరోజు వాడుకునే వస్తువు. ఆ కంపెనీ సబ్బు కావాలి, ఈ కంపెనీ సబ్బు కావాలనుకుంటాము కానీ ఆ సబ్బు ఎక్కడ ఎలా తయారు అవుతోంది? ఎవరు తయారు చేస్తున్నారు? లాంటి విషయాలను పట్టించుకునే తీరక ఎక్కడిది. గోపి గారు సబ్బుపై కవిత్వం రాసి కార్మికుడి స్థానాన్ని ప్రశ్నించి, అదే సమయంలో సబ్బుతో దేహాన్ని శుభ్రం

చేసుకున్నట్టే మనసును శుభ్రం చేసుకునే సబ్బు కూడా రావాలి అంటూనే అలాంటి సబ్బు వచ్చే వరకు ఈ కవిత అని ముగింపు ఇచ్చారు.

ఒకప్పుడు కవిగా ఉండి తర్వాత ఐఏఎస్ గా మారిన ఒక వ్యక్తి గురించి కవితా రాస్తూ అప్పట్లో కవిత్వం రాసేటప్పుడే సున్నితంగా ఉండేవాడిని. ఇప్పుడు అలా కుదరడం లేదని పాజిటివ్, నెగటివ్ అనే రెండు మాటలు తన జీవితంలో వచ్చి చేరడంతో అభివృద్ధికి, విధ్వంసానికి తేడ లేకుండా పోయిందని సదరు ఐఏఎస్ బాధపడ్డారని గోపి గారు కవితలో చెప్పుకొచ్చారు.

కవి సమ్మేళనంలో పాల్గొన్న ఐఏఎస్ కవులను ఉద్దేశించి ఇలా అన్నారు. ఎంత ధిక్కారం? మీ వాక్కుల్లో, ఎంతటి స్వేచ్ఛ మీ ముఖాల్లో అలాంటి ధిక్కారం నాకేది అని బాధపడతాడు. అధికారులను ప్రభుత్వాలు స్వేచ్ఛగా పని చేసుకోనీయవు.

క్రింది ఉద్యోగులను ధిక్కరించే అవకాశం ఉన్న వారేమి చేయగలరు? అదే కవులైతే అలా కాదు అది ప్రభుత్వమైనా, అధికారి అయినా, చట్ట సభైనా తప్పు జరిగితే ఎదిరిస్తారు, తప్పును తప్పని స్వేచ్ఛగా పిడికిలి ఎత్తి మరీ నినదిస్తారు. అది కేవలం కవులకు, సాహిత్యవేత్తలకే సాధ్యం. కొంతమంది కవులు అవార్డుల కోసమో, రివార్డుల కోసమో

ప్రభుత్వాలకు తొత్తులుగా ఉంటారు. వారిని కవులుగా గుర్తించడం అనవసరం.

గోపి గారి కవిత్వంలో ఎత్తుగడ, ముగింపు అమోఘంగా ఉంటాయి. మనసును హత్తుకునే ఎత్తుగడతో కవితను మొదలు పెట్టి మెస్మరైజ్ చేసే ముగింపుతో కవితను ముగిస్తారు.

స్వెట్టర్ కుట్టే వ్యక్తిపై రాసిన కవితలో

“కాలాన్ని ఉండలా చుట్టి
స్వెట్టర్ అల్లడం మొదలు పెట్టింది
అల్లుతున్నప్పుడు
ఆమె అచ్చు మైన కవి”

అనే ఎత్తుగడతో కవితను మొదలు పెట్టారు. ఎత్తుగడలో కాలాన్ని ఉండలా చుట్టి అంటే ఇక్కడ కాలం ప్రతీక మాత్రమే కాలం అంటే జీవితం ఆమె జీవితం ఆ ఉండపై ముడిపడి ఉందని చెప్పడమే కవి ఉద్దేశం. ముగింపులో “జీవితము ఒక సాలెగూడు. ఇప్పుడామె దానిలోనే చిక్కుకుంది” ఇక్కడ ముగింపుకు, ఎత్తుగడకు కవి ముడి పెట్టడం మనం గమనించవచ్చు. నేటి కవులకు ఎత్తుగడ ఎలా ఉండాలి? ముగింపు ఎలా ఇవ్వాలి? లాంటి విషయాలు తెలియవు. కారణం చదవకపోవడమే.

కవిత్వ శకలం శీర్షికతో రాసిన కవితలో ఒక కవిత్వ శకలం వచ్చినట్టే వచ్చి వెళ్ళిపోతుందని. మెదడులో ఒక రొద మొదలౌతుంది. క్రమక్రమంగా కవిత్వమై ప్రత్యక్షం అవుతుంది అంటూ కవిత రాయడానికి కవులు పడే ప్రయాసను చెప్పుకొచ్చారు.

కవిత్వం అంటే పది నిమిషాల్లో రాసేది కాదు. అంతర్గత పోరాటం జరగాలి. అంతిమంగా సమాజ బాగుకోసం ఒక కవిత్వ శకలం కవి మస్తిష్కం నుండి రాలి కాగితాలపై సమాజపు పడవపై విహరిస్తుంది.

రెండు గాయాలు అనే కవితలో సూర్యుడికి రెండు గాయాలు ఉంటాయని ఒక ఉదయం మరొకటి సాయంత్రం అని చెప్పుకొచ్చారు. సూర్యోదయాన్ని, సూర్యాస్తమయాన్ని చూసి ఆహ్లాదపడతాము. గోపి గారు మాత్రం ఆ రెండు సమయాలను గాయాలతో పోల్చారు. అలాగే గెలుపు, ఓటమి రెండు సూర్యిడివేనని, అందుకే అతనికి రెండు గాయాలని కవితను ముగించారు. గెలుపు సూర్యోదయం అనుకుంటే ఓటమి సూర్యాస్తమయం.

పుస్తకంలో మనుషుల దుఃఖమే కాకుండా ప్రకృతి దుఃఖాన్ని, సమాజ దుఃఖాన్ని తన దుఃఖంగా భావించి కవిత్వాన్ని మనకు అందించారు. గోపి గారు సకల జీవ రాశులను ప్రేమించే కవిగా ఈ పుస్తకంలో కనపడ్డారు.

జీవితానికి మరో ఉపనిషత్ 'వృద్ధోపనిషత్'

మానవ జన్మ ఒకటేనని కొంతమంది వాదన చేస్తుంటే, మరికొంతమంది మరో జన్మ ఉందని ప్రతి వాదిస్తుంటారు. ఉన్న జీవితాన్ని ఆనందంగా గడపడానికి చేయాల్సిన పనులు ఆపి మరో జన్మ ఉందని వాదించుకోవడం కంటే, ఉన్న జీవితాన్ని చక్కగా మలుచుకోవాలి.

మనిషి పుట్టిన తరవాత పిల్లవాడి దశ నుండి వృద్ధాప్య దశ వరకు అనేక దశలు ఉంటాయి. అందులో బాల్యంలో, వృద్ధాప్యంలో ఇతరులపై ఆధారపడాల్సి వస్తుంది. బాల్యంలో ఏమి తెలియని అమాయకత్వం, మంచి చెడులపై అవగాహన ఉండదు. అందరిని ప్రేమించే గుణం ఉంటుంది. మొత్తం మీద స్వచ్ఛతకు ప్రతీక బాల్యం. అలాంటి బాల్యాన్ని చిదిమేస్తున్న వారిని ఈ మధ్య కాలంలో ఎక్కువగా చూస్తున్నాము. పసికందులపై లైంగిక వేధింపులు జరుగుతున్నాయంటే మనిషి క్రూరత్వం ఏ దశకు చేరుకుందో అర్థం చేసుకోవచ్చు.

ప్రపంచ వ్యాప్తంగా అనేకమంది కవులు, సాహిత్యకారులు చిన్నారులపై జరిగే దాడులను నిరసిస్తూ, ఖండిస్తూ కవిత్వాన్ని, సాహిత్యాన్ని సృష్టిస్తున్నారు. అందంగా, ఆహ్లాదకరంగా ఉండాల్సిన బాల్యం బిక్కుబిక్కుమంటూ గడపాల్సిన దుస్థితి.

మనిషి శరీరము రోగనిరోధక శక్తిని క్రమక్రమంగా కోల్పోతూ చివరకు మరణించే స్థితికి చేరే దశను వృద్ధాప్యముగా చెప్పవచ్చు. జీవిత ప్రయాణంలో జరిగే శారీరక మార్పులను & వ్యాధులను పరిశోధించే విభాగాన్ని జీరియాట్రిక్స్ (Geriatrics) అంటారు. డీఎన్ఏలో మార్పులు రావడం, క్రోమోజోమ్‌లు అరిగిపోవడం, కణాల ప్రవర్తనలో మార్పు రావడం, కణాల పునరుత్పత్తి సామర్థ్యం తగ్గిపోవడం, కణాల జీవక్రియ నియంత్రణ తగ్గిపోవడం, మైటోకాండ్రియా పని చేయకపోవడం, కణాల మధ్య సమాచార మార్పిడి ఆగిపోవడం వల్ల వృద్ధాప్యం వస్తుంది.

బాల్యం, వృద్ధాప్యం ఒకటే అంటారు కానీ చాలా తేడాలు ఉన్నాయి. బాల్యంలో ఏమీ తెలియనితనం ఉంటుంది. వృద్ధాప్యానికి వచ్చేసరికి అన్ని విషయాలు తెలుసు, పూర్తి అనుభవం ఉంటుంది. బాల్యంలో మరణ భయమే కాదు ఎలాంటి భయాలు ఉండవు. వృద్ధాప్యంలో మరణ భీతి, తరాల అంతరం, నిరాదరణ, ఒంటరితనం, నిరాశా, నిస్పృహ, నాస్టాల్జియా, మర్చిపోవడం, వినికిడి

లోపం, చూపు మందలించడం లాంటి సమస్యలు అతలాకుతలం చేస్తుంటాయి. అంటే శారీరక సమస్యలతో పాటు మానసికంగా కూడా కుంగిపోవడం జరుగుతుంది.

వాస్తవానికి మనిషి వృద్ధాప్యానికి చేరువకాక ముందే జీవిత ఆఖరి గట్టుని ఆనందంగా, ఎలాంటి భయాలు, ఆధారపడటాలు లేకుండా చూసుకోవాలి. అప్పుడే వృద్ధాప్యంలో కూడా ఆనందకరమైన జీవితాన్ని గడపవచ్చు. 70 సంవత్సరాల వయసు సుమారు 40 సంవత్సరాల అనుభవంతో ఆచార్య ఎన్. గోపి గారు రాసిన కవిత్వ పుస్తకమే వృద్ధోపనిషత్. 90 పుటలు ఉన్న పుస్తకంలో 41కవితలు ఉన్నాయి. చివరి మజిలీ ఇదేనని ఎవరూ చెప్పలేరు మరణం వృద్ధాప్యంలోనే వస్తుందనుకుంటే అది తప్పే. మరణం ఎప్పుడైనా రావచ్చు దాని గురించి ఆలోచించడం కన్నా నిర్దేశించుకున్న పనులు చేసుకుంటూ పోవడమే ఉత్తమమైన పని.

వృద్ధుడు అంటే ముసలివాడు కాదు వృద్ధి పొందిన వాడు అనే వాక్యంతో మొదటి కవిత మొదలు పెట్టిన గోపి గారు వృద్ధాప్యం అంటే ఏదో అయిపోయిందనే భావన వదలాలని, అనుభవమున్న వ్యక్తులుగా ఎంతో చేయవచ్చని చెప్పడమే కాకుండా చేసి చూపిస్తున్నారు కూడా. దానికి ఉదాహరణే ఇప్పటికీ విస్తృతమైన కవిత్వం రాస్తూ అన్ని

దినపత్రికల్లో వారి కవిత్వాన్ని నేటి తరానికి అందిస్తూ నూతన సాహిత్యవేత్తలకు, కవులకు దిశానిర్దేశం చేస్తున్నారు.

"వృద్ధుడు నిన్నటి వార్త పత్రిక కాదు
చదివి పక్కన పెట్టడానికి
ఒక పాతబడని కావ్యం లాంటివాడు"

తల్లిదండ్రులు పెంచి పోషించి ప్రయోజకులను చేస్తే, వారిని ఉపయోగించుకొని వృద్ధాప్యంలో పట్టించుకొని పిల్లలకి పైవాక్యం సరిపోతుంది. వృద్ధులు ఒక మహా కావ్యం లాంటి వారు వారి దగ్గర అనంతమైన ప్రేమ, జ్ఞానం ఉంటాయి. లేకపోయినా వారి బాధ్యత తీసుకోవాల్సిన పిల్లలు నేటి దినపత్రిక చదివి రేపు పారేసినట్లు కాకుండా వృద్ధులను పాత బడి అని, కావ్యంలా చూడమంటున్నారు.

మూడు ప్రపంచాలు అనే కవితలు బాల్యం ఒక బంగారు వన్నె, యవ్వనం కలల్లోకి వచ్చే కన్నె, వృద్ధాప్యం చల్లారిన పాల గిన్నె అన్నారు. బాల్యం తాజాగా ఉంటుంది. బాల్యాన్ని బంగారంతో పోల్చడానికి కారణం బంగారు ప్యూరిటికి ప్రతీక అందుకే బాల్యాన్ని బంగారంతో పోల్చారు గోపి గారు. యవ్వనంలో ఆశ, కోరిక, ఏదో చేయాలి, మరేదో ఉన్నది, అందాన్ని అనుభవించాలి ఇలా ఆలోచనలు సాగుతూ ఉంటాయి. అందుకే కలల్లోకి వచ్చే కన్నె అన్నారు.

వృద్ధాప్యంలో శరీరంలోని ఉత్తేజం, శక్తి తగ్గిపోతుంది అందుకే చల్లారిన పాల గిన్నెతో పోల్చారు. అలాగే బాల్యం లేలేత ఉషస్సు, యవ్వనం ఏడు రంగుల ఇంద్రధనస్సు, వృద్ధాప్యం అనుభవాల తేజస్సు అంటూ ఏ దశను తక్కువ చేయకుండా పూర్తి అనుభవంతో తెలియజేశారు.

నిజానికి జీవితంలో ఏ దశ మనకు వద్దనుకోవడం మూర్ఖత్వమే. అందమైన బాల్యాన్ని ఇవ్వాల్సిన బాధ్యతా తల్లిదండ్రులపై ఉన్నది. యవ్వనం మన చేతుల్లోనే ఉన్నది. యవ్వనాన్ని సరిగా ఉపయోగించుకుంటే వృద్ధాప్యంలో ఆనందంగా గడపవచ్చు. బాల్యం మాత్రమే ఆధారపడాల్సిన దశ వృద్ధాప్యంలో శారీరకంగా ఆధారపడిన ఆర్థికంగా బలంగా ఉండాలి. ఎవరిని నమ్మకుండా వారి వారి జాగ్రత్తలో ఉండాలి.

వృద్ధాప్యంతో పేచి పెట్టుకోకుండా స్నేహంగా ఉండాలని గోపి గారు సూచించడం జరిగింది. మనిషి సహజంగా తన శరీరంలో జరిగే మార్పులను ఆహ్వానించలేడు అప్పుడు వృద్ధాప్యాన్ని ఆహ్వానించలేదు అందుకే గోపి గారు వృద్ధాప్యంతో స్నేహంగా ఉండమంటున్నారు. అంటే మార్పులను ఆహ్వానించాలి, ఎప్పుడూ ఒకేలా ఉండలేమనే నిజాన్ని తెలుసుకోవాలి. బాల్యం అంటే ఇష్టమని జీవితం మొత్తం అదే దశలో ఉండలేము కదా? మార్పు సహజం, అది ప్రకృతి ధర్మం కూడా. ఇంట్లో పెద్దవారు ఏదైనా చెప్తూ ఉంటే వారి మాటలు

అసలు వినరు. ఏదైనా అడిగిన జాబులు ఉండదు. అలాంటి సమయంలో వృద్ధుల మనోవేదన ఉంటుంది కానీ ఏమి చేయలేని స్థితిని వయసు మళ్ళిన పాట కవితలో వివరించారు.

ఇంట్లో పిల్లలు ఉద్యోగాలకు వెళ్ళిపోతే వృద్ధులు ఒంటరి జీవితాన్ని గడపాల్సిన దుస్థితి ఉన్నది. కనీసం ఉద్యోగాల నుండి ఇంటికి వచ్చిన తర్వాత వృద్ధులతో కాస్త సమయాన్ని కూడా గడపరు. ఏమి తిన్నారు, ఎలా ఉన్నారు, వారికి ఏమైనా అవసరాలు ఉన్నాయా లాంటివి కూడా తెలుసుకోరు. ఒంటరితనాన్ని భరించలేరని ఆ సమయంలో జ్ఞాపకాల మడతల్లో చిక్కుకొని విలవిలలాడుతుంటారని చెప్పారు.

నీళ్ళు అనే కవిత చదివితే ఎంతటి వారైన కన్నీరు పెట్టుకుంటారు. ఇంట్లో పెద్దవారు నడవలేని స్థితిలో ఉన్నప్పుడు కొన్ని నీళ్ళు ఇవ్వమంటే ఎవరి పనుల్లో వారు మునిగిపోయి చివరికి నీళ్ళు ఇవ్వకపోతే

"ఎవరు నింపారో తెలియదు గాని
అతని కళ్ళ నిండా నీళ్ళు"

అనే ముగింపు ఇవ్వడం వాస్తవ దృశ్యాన్ని చిత్రీకరించడమే. ఈ పరిస్థితి మారాలంటే మనుషుల్లో మార్పు రావాలి. ఆమె కూడా అనే కవితలో గోపి గారు ఇలా అన్నారు.

"ఇల్లు కట్టేటప్పుడు హాలు 20*20 ఉండాలని తాపత్రయం. కానీ ఆమె నడకలు తొణికికిసలాడుతున్నాయని బాధపడ్డారు"

అంటే ఇల్లు పెద్దదిగా ఉండటం వల్ల ఆమె నడవలేకపోతోంది. అదే చిన్న ఇల్లు అయితే బాగుండేదని. పైవాక్యంతో విశాలమైన ఇల్లు కాదు విశాలమైన మనసు ఉండాలని గోపి గారి ఉద్దేశం.

నిర్భయగీతి కవితలో మృత్యువు ఊసు తెచ్చి భయపెట్టకండి కాల రహస్యం తెలిసినవాణ్ణి కాలునికి భయపడతానా అనడంలోని వృద్ధుల్లో ఆత్మస్థైర్యాన్ని నింపడమే. అన్ని తెలిసిన మనమే మృత్యువుకు భయపడితే ఎలా అనేది గోపి గారి ఆలోచన. ఇదే కవిత చివరిలో మరణం కంటే ఎక్కువగా భయపెట్టేది జీవితమేనని అభిప్రాయపడ్డారు.

వృద్ధాప్యంలో ఎదుర్కునే సమస్యల గురించి, ఆ సమయంలో ఉండే మరణ భీతి గురించి, నిర్లక్ష్యానికి ఎలా గురౌతున్నారనే విషయాలను, వృద్ధాప్యంలో కావాల్సిన ప్రేమ, ఆప్యాయతలు ఎలా దూరం అవుతున్నాయో చెప్తూనే వృద్ధాప్యం అంటే అంతా అయిపోయిందనే ఆలోచన నుండి బయటకి రావాలని, మార్పులను ఆహ్వానించాలని, చేయవలసిన పనులు ఆపకుండా చేయాలని, చివరి మజిలీకి

చక్కని ప్రణాళిక సిద్ధం చేసుకోవాలని, ఇలా అనేక విషయాలను పూర్తి స్థాయిలో విశ్లేషణ చేశారు.

వృద్ధుల్లో ఉత్తేజాన్ని, ఆత్మవిశ్వాసాన్ని, దృఢత్వాన్ని నింపే పుస్తకం వృద్ధోపనిషత్. ఇది కేవలం వృద్ధులు చదవాల్సిన పుస్తకం కాదు, అందరూ చదవాలి. వృద్ధులు చదివితే అందమైన వృద్ధాప్యాన్ని ఎలా గడపలో తెలుస్తుంది. మిగిలినవారు చదివితే అందమైన వృద్ధాప్యాన్ని ఇంట్లో వారికి ఎలా ఇవ్వాలో, వారి వృద్ధాప్యం ఎలా ఉండాలో నేర్పే పుస్తకం.

హరివిల్లు మాసపత్రికలో
ఆగష్టు 2019 సంచికలో

కరోనాపై కవితా ఖడ్గం 'ప్రపంచీకరోనా'

కవిత్వం సమస్యలను పరిష్కరించకపోవచ్చు కాని ఎన్నో పరిష్కార మార్గాలను మాత్రం సూచిస్తుంది. ప్రపంచంలో ఎక్కడ ఏ విపత్తు జరిగినా మొదట స్పందించేది కవులే. కవులు నిరంతర పరిశోధకులు, విశ్వ సంరక్షణ కొరకు పనిచేసే ప్రపంచ సైనికులు. మంచి, చెడులను వివరిస్తూ, ప్రజలను చైతన్యపరుస్తూ కవిత్వాన్ని రాస్తూ ఉంటారు.

నేడు మనిషి ఎదుర్కొంటున్న అతిపెద్ద సమస్య కరోనా వైరస్. మనిషి మనుగడే ప్రశ్నార్థకంగా మారుతున్న ఈ సమయంలో కవులు ప్రజలకు ధైర్యాన్ని, భరోసాను, ఐక్యమత్యాన్ని, సమానత్వాన్ని కవిత్వం ద్వారా పంచుతున్నారు. కరోనా ప్రపంచ ప్రజలను అతలాకుతలం చేస్తోంది. అయితే కరోనాకు భయపడాల్సిన అవసరం లేదు, భయపడితే ఏదైనా భయపెడుతుంది. ధైర్యంగా ముందుకు సాగాలి. కరోనాను కూకటివేళ్లతో సహా పెకలించి వేయాలి. ఇది తప్పక జరుగుతుంది. ఇందులో ఎలాంటి సందేహం లేదు.

ఇలాంటి మాటలు ప్రజలకు ధైర్యాన్ని ఇస్తాయి. మన కోసం చాలామంది ఉన్నారనే విషయాన్ని గుర్తు చేస్తాయి. ఇదే పని కవులు చేస్తున్నారు. కరోనాపై అనేక మంది తెలుగు కవులు కవిత్వాన్ని రాశారు. ప్రజలకు అండదండగా నిలిచారు. వాస్తవాలను బహిర్గతం చేశారు. మూలాలు వెతికి పట్టి ప్రజల ముందు కుప్ప పోశారు. కరోనా సమయంలో ఎలా ఉండాలో చెప్పారు, ఎందుకు కరోనా వచ్చిందో వివరించారు, ప్రస్తుతం ఏమి చేయాలో సూచనలు ఇచ్చారు, ఇంకా ఇస్తూనే ఉన్నారు.

ఆ కోవలోనే ప్రముఖ కవి గోపి గారు కరోనా పై ఒక పుస్తకాన్ని వెలువరించారు. ఏ కవి అయినా వాస్తవికతతో కవిత్వాన్ని రాయాలి. ప్రస్తుత సమాజంలో జరిగే సమస్యలపై వారి కలాన్ని నడిపించాలి. వారే ప్రగతిశీల కవులు అవుతారు. ప్రస్తుతం ఉన్న సమస్యలు పక్కన పెట్టి ప్రేమ కవిత్వం, భావవాద కవిత్వం, ఊసుపోని కవిత్వం రాస్తున్న కవుల కవిత్వాన్ని పట్టించుకోవాల్సిన అవసరం లేదు. సమాజం కోసం, సమాజంకై, సమాజంలో జరిగే ఉత్పాతాలపై కవిత్వాన్ని రాసే కవులే తెలుగు సాహిత్యంలో నిలిచిపోతారు. కరోనాపై అనేక కోణాల్లో కవిత్వాన్ని రాసి 'ప్రాపంచీకరోనా' కవిత్వా సంపుటిని వెలువరించారు. 70 పుటలు ఉన్న పుస్తకంలో 25 కవితలు ఉన్నాయి.

చాలామంది వ్యాసకర్తలు, మేధావులు కరోనా వల్ల జరిగిన పాజిటివ్ విషయాలు కూడా మన ముందు ఉంచారు. ఉదాహరణకు మనుషుల్లో పెరుగుతున్న ఐక్యమత్యం, ప్రకృతిలో మార్పులు, పొల్యూషన్ తగ్గిపోవడం లాంటివి. అయితే గోపి గారు 'ప్రపంచీకరోనా' అంటూ రాసిన కవితలో విదేశాల నుండి వచ్చే వారి గురించి ఇలా చెప్పబడింది.

"ఒక్కప్పుడు
విదేశాల నుండి తిరిగొస్తే
పూలదండలు ఎదురొచ్చేవి
ఇప్పుడు వైద్యులు
బురఖాలు వేసి లాక్కుపోతున్నారు"

ఇక్కడ కవి ఒక సందర్భాన్ని రెండు వేరు వేరు కాలాలలో ఎలా జరిగాయో చెప్తున్నారు. ఒకప్పుడు విదేశాలకు వెళ్ళడం ఒక కల, అక్కడి నుండి వస్తున్నారంటే ఒక సంబరం కాని ప్రస్తుతం ఆ పరిస్థితులు లేవు. విదేశాల నుండి స్తున్నారంటే మనుషులు అమాడదూరం పరుగెడుతున్నారు. వారితో మాట్లాడటానికి కూడా జంకుతున్నారు.

విదేశాల వరకు ఎందుకు? నగరాల నుండి సొంత ఊరికి పోయే వారి దుస్థితి కూడా అలానే ఉన్నది. మన తెలుగు రాష్ట్రాలలోనే అనేక సంఘటనలు జరిగాయి. నగరాల నుండి పల్లెలకు వచ్చే వారిని పల్లె ప్రజలు ఊరి

పొలిమేర దగ్గరే ఆపి ఊరిలోకి అనుమతి ఇవ్వకపోవడం మనిషి అతిపెద్ద పతనానికి చిహ్నం. ప్రజలు ఒకటి గుర్తు పెట్టుకోవాలి ఎవరూ ఎక్కడైనా బ్రతకచ్చనే హక్కు రాజ్యాంగం కల్పించింది. ఈ ప్రాథమిక సూత్రాన్ని మరిచి, మానవత్వాన్ని కోల్పోయి ప్రవర్తించడం మంచి పద్ధతి కాదు. అయితే ఈ కరోనా మనుషులను ఏకతాటిపై నడిపించింది, అందరి శత్రువు ఒకటేనని తెలియజేసింది.

కవి ఎలాంటి సమయంలోనైనా తప్పును తప్పని చెప్పగలడు. సమస్య మూలాలలోకి వెళ్లి కారకులకు చురకలు అట్టించగలరు. సందర్భానుసారం మనిషి వికృత రూపాలను బహిర్గతం చేస్తాడు. మనిషిని పట్టి పీడిస్తున్న సమస్య కులం, మతం. ఆ కోణం నుండి కవితను రాసిన గోపి గారు.

"ఊపిరితిత్తులకు
కులమత భేదాలుండవు"

కులం, మతం, వర్గం, జాతి, ప్రాంతం ఇవన్నీ మనిషిని వేరు చేసి గొడవలకు కారణాలుగా ఉన్నాయి. మనిషి రక్తానికి కులం, మతం లేదనే మాటను గోపి గారు ప్రస్తుత స్థితిని దృష్టిలో పెట్టుకొని పైవాక్యాలు రాశారు. అలాగే మనిషి స్వార్థం ముందు, రాజకీయాల ముందు ఈ వైరస్ ఏపాటిది అన్నారు. ఈ మాట అనడానికి బలమైన కారణాలు

ఉన్నాయి. ఇలాంటి విపత్కర స్థితిలో కూడా రాజకీయాలు చేస్తున్న రాజకీయ నాయకులు, కార్పొరేట్ వైద్యుల ధన దోపిడీ, కొన్ని ప్రభుత్వ ఆసుపత్రుల్లో జరుగుతున్నా నిర్లక్ష్యం, కరోనా పేరుతో సంపాదిస్తున్న అనేకమంది ప్రజలను ఉద్దేశిస్తూనే ఆ మాటలు అనగలిగారు.

మనిషి మరణాన్ని ఆహ్వానించాలి, మరణం అనివార్యం. ఏ క్షణంలోనైనా భూమిలోకి జారుకోవాల్సిందే. గోపి గారు కరోనా 'వైరి'స్ కవితలో నేను ఎంతో జీవితాన్ని చూశాను. నా చుట్టూ ఉన్నవాళ్ళు బాగుండాలని కోరుకున్నారు. ఇక్కడ నేను అంటే కవి మాత్రమే కాదు మనిషి కూడా. కవి చెప్పదల్చుకున్నది ఏంటంటే నేను మాత్రమే బాగుండాలి, నేనే బాగుండాలనే ధోరణి కాకుండా మన చుట్టూ ఉన్నవారు బాగుండాలని కోరుకోవడం. నిజానికి కరోనా అలాంటి స్థితిని తెచ్చిందనే చెప్పాలి. మన ఆరోగ్యం మాత్రమే కాకుండా ఇంట్లో వారి ఆరోగ్యం గురించి ఎక్కువగా శ్రద్ధ తీసుకుంటున్నాము.

"నిన్నటి దాక బయటి ప్రపంచం
లోకాన్ని నడిపేది
ఇవాళ ఇల్లే లోకాన్ని ధిక్కరిస్తుంది"

ఏది కావాలన్నా బయటకు వెళ్ళాల్సిందే. అయితే ఎక్కడ తిరిగినా చివరికి ఇల్లు చేరగానే ఏదో కోల్పోయమనే

భావన నుండి అన్నీ పొందామనే భావనకు వస్తాము. ప్రతి మనిషికి తమ ఇల్లే శ్రేయస్కరం అనే విషయాన్ని మళ్ళీ ఒక్కసారి బల్ల గుద్ది చెప్పింది కరోనా.

అయితే కవి ఇందులో ఇల్లు లేని వారి గురించి ఆలోచించి తీవ్రంగా బాధపడ్డారు. దేశం ఇంత అభివృద్ధి చెందిందని ఉపన్యాసాలు ఇస్తున్న రాజకీయ నాయకులు ప్రజల కనీస అవసరాలను కూడా తీర్చడం లేదు. దేశంలో ఇంకా అనేకమంది తిండి కోసం చనిపోతున్నారు. గూడు లేక చలికి, ఎండకు, వానకు అల్లాడి పోతున్నారు. ఇవన్నీ ప్రభుత్వాలకు కనపడవు. కనపడేలా చేయడమే కవుల లక్ష్యం, అదే పనిని గోపి గారు చేశారు.

ఇప్పుడు మనుషులు దేని గురించి ఆలోచిస్తున్నారంటే.. కరోనా గురించే. అది ఎందుకు వచ్చింది? ఎలా వచ్చింది? సృష్టించిన వైరస్ ఆ, లేదంటే సహజంగానే వచ్చిందా? ఎన్నో ప్రశ్నలు సమాధానాలు మాత్రం దొరకవు. దొరికిన అవి సత్యాలో, అసత్యాలో తెలియదు. కరోనా వస్తుందేమోనని భయం, వచ్చినవారు కరోనా ఎప్పుడు వదులుతుందని క్షణం క్షణం భయపడుతూ జీవిస్తున్నారు. కరోనా చేసిన మంచి విషయాల్లో మరొకటి ఎవరు మనవారో తెలియజేయడమే. అయితే భయం కరోనాకు పరిష్కారం కాదు. భయపడితే కరోనా రాకుండా పోదు, వచ్చినవారికి

త్వరగా వెళ్ళిపోదు. మనిషి ముందు భయాన్ని పక్కనపెట్టి తనకు ఇష్టమైన పనిని చేయాలి.

"భయంలోనైనా సరే
నేను కవిత్వమే రాస్తాను
అదే నా ధైర్యం"

ఇక్కడ కవి ధైర్యం కోసం కవిత్వాన్ని రాస్తున్నారు. అలాగే భయం వీడాలంటే మనకు నచ్చిన పనిని చేయాలి. ఏది చేస్తే ధైర్యంగా ఉంటుందో దానిపై దృష్టి మళ్లించాలి. నాకేదో జరిగిపోతోందనే భావన మనిషిని మరింత కుంగదీస్తుంది కాబట్టి ధైర్యంగా ఉండాలి. ధైర్యమే కరోనాకు మొదటి మందు. అలాంటి ధైర్యం కావాలంటే మీకు నచ్చిన పనిపై మనసు పెట్టండని చెప్పడానికే కవి ఆ వాక్యాలు రాశారు.

కరోనా సమయంలో వైద్యులు అందిస్తున్న సేవలు అనిర్వచనీయం. ఎంత పొగిడినా తక్కువే అవుతుంది. అలాంటి వైద్యులను ఉద్దేశిస్తూ గోపి గారు ఇలా అన్నారు.

"అతడిప్పుడు
ఎల్లలు దాటిన విశ్వ మానవుడు
విభేదాలు తుడిచేసిన
విముక్త జీవుడు"

కరోనా వచ్చిందని కన్న తల్లినే ఇంటి నుండి గెంటి వేసిన సంఘటనను తెలంగాణ రాష్ట్రంలో చూశాము. ఇలాంటివి ప్రపంచంలో అనేకం జరిగాయి, జరుగుతున్నాయి. మనిషి బంధాలను మరిచి ప్రవర్తించడం కొత్తేమి కాదు కానీ కరోనా దాన్ని మరింత పతనం చేసింది. అలాంటి సందర్భాల్లో కూడా చాలామంది వైద్యులు వారి ప్రాణాలను పణంగా పెట్టి వైద్యాన్ని అందించారు. నేడు ప్రపంచం వారికి నీరాజనాలు పడుతోంది. అందుకే గోపి గారు కూడా కవితా నీరాజనం పలికారు.

ఇప్పుడు మనిషి మనిషిని చూసి భయపడుతున్నాడు. ఎవరికి కరోనా ఉందో, ఎవరికి లేదో తెలియని పరిస్థితిలో మనిషి. మనిషి దగ్గరకు వెళ్ళడానికి హడాలిపోతున్నాడు. అలాంటి సందర్భాన్ని ఇలా రాశారు.

"దూరంగా
ఓ సహగామి చెయ్యూపుతుంటే
అతడు నా వైపు
కరోనాను విసురుతున్నట్టే ఉంది"

ఇది ఒకరి సమస్య కాదు ప్రపంచ సమస్య, ప్రపంచ జనుల సమస్య అని కవి తెలుసుకోవడమే కాకుండా వలస కూలీల గురించి, ఇల్లు లేని వారి గురించి, తిండి లేని వారి గురించి, అనాథల గురించి ఇలా అనేక మందిని తలుచుకొని

బాధను వ్యక్త పరిచారు. అయితే అంతిమంగా కరోనాను జయిస్తామని సంకల్పించారు.

జీవిత సూచిక

1. పేరు	:	జాని తక్కెడశిల
2. కలం పేరు	:	అఖిలాశ
3. పుట్టిన తేది	:	08-06-1991
4. తల్లిదండ్రులు	:	టి. ఆశ, టి.చాంద్ భాష
5. తోబుట్టువు	:	టి. జాకీర్ బాషా M.B.A, టి. అఖిల B.B.A
6. సహధర్మచారిణి	:	నగ్మా ఫాతిమా M.COM

విద్యార్హతలు

తొలి చదువు:

- ఒకటి నుండి తొమ్మిదో తరగతి వరకు నాగార్జున హైస్కూల్, పులివెందుల, వై.ఎస్.ఆర్ జిల్లా.
- పదవ తరగతి: ఎస్.బి మెమోరియల్ హైస్కూల్, ప్రొద్దుటూరు, వై.ఎస్.ఆర్ జిల్లా.
- డిప్లమా: ఎలక్ట్రానిక్స్ అండ్ కమ్యూనికేషన్ ఇంజనీరింగ్ (E.C.E) లయోలా పాలిటెక్నిక్ కాలేజ్ (Y.S.S.R), పులివెందుల.

మలి చదువు:

- బి.టెక్: ఎలక్ట్రానిక్స్ అండ్ కమ్యూనికేషన్ ఇంజనీరింగ్ (E.C.E) అమీనా ఇన్స్టిట్యూట్ అఫ్ సైన్స్ అండ్ టెక్నాలజీ, హైదరాబాద్.

- ఎం.టెక్: ఎలక్ట్రానిక్స్ అండ్ కమ్యూనికేషన్ ఇంజనీరింగ్ (E.C.E) శ్రీ వెంకటేశ్వర ఇన్స్టిట్యూట్ అఫ్ సైన్స్ అండ్ టెక్నాలజీ, కడప.

- హిందీ ప్రవీణ: దక్షిణ భారత హిందీ ప్రచార సభ, మద్రాస్.

ఇతర:

- P.G.D.C.A: టాప్లైన్ ఇన్స్టిట్యూట్, పులివెందుల.

- ఇంటర్మీడియట్: APOSS నుండి ఇంటర్మీడియట్ లో బై.పి.సి పూర్తి అయ్యింది.

- టెక్నికల్ కోర్సులు: C, Oops, C#, Dotnet, SQL server, Oracle, Hardware & Networking, JAVA, JQUERY, HTML, Visual Basic, Amplitude, MS. Office, M.s dos

బోధనానుభవం:

- మూడేళ్ళ పాటు పులివెందులలోని టాప్ లైన్ ఇన్స్టిట్యూట్ లో C, C++, Oracle, Hardware and Networking లాంటి కోర్సులను రెండు వేలకు పైగా విద్యార్థులకు భోదించారు.

ఉద్యోగం:

- మొదట సాఫ్ట్వేర్ గా పని చేశారు.
- 2016 నవంబర్ - 9 నుండి ఇప్పటిదాక ప్రతిలిపి తెలుగు విభాగాధిపతిగా సేవలు అందిస్తున్నారు.

ముద్రితమైన పుస్తకాలు:

కవిత్వం

1. అఖిలాశ
2. విప్లవ సూర్యుడు
3. నక్షత్ర జల్లుల్లు (కొత్త సాహిత్య ప్రక్రియ)
4. బురద నవ్వింది
5. మట్టినైపోతాను (యాత్ర కవిత్వ సంపుటి)
6. గాయాల నుండి పద్యాల దాక
7. పరక

దీర్ఘకావ్యాలు:

1. 'వై' (తెలుగు సాహిత్యంలో హిజ్రాలపై రాసిన రెండవ దీర్ఘకావ్యం)
2. ఊరి మధ్యలో బొడ్రాయి (మర్మాంగంపై రాసిన తొలి తెలుగు దీర్ఘకావ్యం)

కథా సంపుటాలు:

1. షురూ (రాయలసీమ మాండలిక ముస్లిం మైనార్టీ కథలు)
2. కట్టెల పొయ్యి కథా సంపుటి.

నవలలు:

1. మది దాటని మాట ('గే' కమ్యూనిటీపై తొలి తెలుగు నవల)
2. రంకు (అక్రమ సంబంధాలపై ముస్లిం మైనార్టీ తెలుగు నవల)
3. దేవుడి భార్య (దేవదాసి వ్యవస్థపై రాసిన నవల) అముద్రితం
4. జడకోపు (చెక్కభజన కళాకారుడి జీవితాన్ని ఆధారంగా చేసుకొని రాసిన నవల) అముద్రితం
5. చాకిరేవు (రజక కులస్తుల జీవితాల మీద రాసిన నవల) అముద్రితం

సాహిత్య విమర్శ:

1. వివేచని (యాభై వ్యాసాల విమర్శ సంపుటి)
2. అకాడమీ ఆణిముత్యాలు (కేంద్ర సాహిత్య అకాడమి అవార్డు పొందిన పుస్తకాలపై వ్యాసాలు)
3. కవిత్వ స్వరం (ఆధునిక తెలుగు కవిత్వంపై విమర్శ వ్యాసాలు)
4. శివారెడ్డి కవిత్వం ఒక పరిశీలన (శివారెడ్డి కవిత్వంపై వ్యాస సంపుటి)
5. నడక (రాచపాళెం విమర్శపై వ్యాస సంపుటి)

హిందీ:

1. జిందగీ కె హీరే (నానోలు హిందీలో) నానోలను హిందీ సాహిత్యానికి పరిచయం చేసిన మొదటి పుస్తకం.

అనువాదం:

1. 22 మంది రచయితల బాలసాహిత్య తెలుగు కథలను ఆంగ్లంలోకి అనువాదం చేశారు. Ukiyoto అనే ప్రపంచ ప్రఖ్యాత పుస్తక ప్రచురణ సంస్థ 'Tiny Treasures' పేరుతో ముద్రించింది.
2. తెల్లరొమ్ము నల్లరొమ్ము (ఆంగ్లం నుండి తెలుగు అనువాద కవిత్వం)

సంపాదకత్వం:

1. మాతృస్పర్శ (160 మంది కవులు అమ్మపై రాసిన కవితలు)
2. తడి లేని గూడు (కథా సంపుటం)

బాలసాహిత్యం:

1. పాపోడు (రాయలసీమ కడప జిల్లా మాండలిక బాలసాహిత్య కథలు, కథలన్నీ పిల్లల సమస్యలపై మాత్రమే రాసినవి)

2. బాలసాహిత్యంలోకి(బాలసాహిత్య వ్యాసాలు)

3. బాలల హక్కులు (బాలల హక్కులపై తొలి తెలుగు బాలసాహిత్య నవల)

ముద్రణకు సిద్ధంగా:

తెలుగు:

1. వివిధ పత్రికలలో ముద్రించబడిన బాల సాహిత్య గేయ సంపుటి.

2. ఒక కథా సంపుటి, రెండు కవిత్వ సంపుటాలు.

ఆంగ్లం:

1. 'Lie' ఆంగ్ల కవిత్వ సంపుటి.

2. 'God's Land & other Stories' కథా సంపుటి.

పురస్కారాలు:

1. సత్రయాగం సాహిత్య వేదిక నుండి 'కవిమిత్ర' పురస్కారం.

2. బాలానందం సాహిత్య సంస్థ నుండి బాలసాహిత్య పురస్కారం.

3. చెన్నైకి చెందిన తెలుగు రైటర్స్ ఫెడరేషన్ నుండి 'తెలుగు-వెలుగు' పురస్కారం.

4. ఉమ్మడిశెట్టి ఉత్తమ కవితా పురస్కారం.

5. కలిమిశ్రీ ఉత్తమ కవితా పురస్కారం.

6. "వై" పుస్తకానికి శ్రీమతి శకుంతలా జైని స్మారక కళా పురస్కారం-2019.

7. 'వివేచని' సాహిత్య విమర్శ సంపుటానికి కేంద్ర సాహిత్య అకాడమీ యువ పురస్కారం.

About the Author

Johny Takkedasila is an Indian Telugu Poet, Writer, Novelist, Critic, Translator and Editor born on 08.06.1991 in Pulivendula, Andhra Pradesh, India. His literary journey, which began as a Telugu poet, has seen the publication of 25 books.

He has received numerous awards for his contributions. The Central Sahitya Akademi Yuva Puraskar for 2023 (National

Award) was awarded to "Vivechani," Criticism book in the Telugu language.

His poetry has been featured in many international anthologies, and his stories and poetry have found a place in international magazines. In addition to writing in Telugu, Hindi, and English, he is also involved in translation.

His literary style appears to aim at making readers contemplate and sensitize society through a compelling narrative. His other works Tiny Treasures, Puberty, Kattela Poyyi, Siva Reddy Kavitvam Oka Parisheelana, Akademi Aanimutyalu, Tella Rommu Nalla Rommu and Nadaka were published by Ukiyoto.